ജക്കരെന്ത

Jakkarantha
Novel

Mobin Mohan

CHINTHA PUBLISHERS
Thiruvananthapuram

First Chintha Edition
January 2022

Second Edition
August 2022

Second Impression
September 2022

Published & Typesetting
Chintha Publishers, Thiruvananthapuram

Printed at
Repro India Ltd, Mumbai

Cover Design
Praveen C R

ISBN : 978-93-93468-66-6

CR - 3239 / 6199

₹ 170

Email: chinthapublishers@gmail.com
Website: www.chinthapublishers.com

A version is available at National Libraries
Kolkata, Mumbai, Chennai and Delhi

Distribution
DESHABHIMANI BOOKHOUSE
H O Thiruvananthapuram 695035

Branch
Head Office Kunnukuzhi • Statue Thiruvananthapuram
KSRTC Bus Terminal Thampanoor • Saphalyam Complex Thiruvananthapuram
KSRTC Bus Station Alappuzha • KSRTC Bus Station Ernakulam
Machingal Lane Thrissur • IG Road Kozhikode
Mavoor Road Kozhikode • NGO Union Building Kannur
Central Bus Terminal Complex Thavakkara Kannur

ജക്കരന്ത

മോബിൻ മോഹൻ

ചിന്ത പബ്ലിഷേഴ്സ്
തിരുവനന്തപുരം-695 035
വില : ₹ 170

മോബിൻ മോഹൻ

ഇടുക്കി ജില്ലയിൽ കാഞ്ചിയാർ സ്വദേശി. കമ്പ്യൂട്ടർ സയൻസിൽ ബിരുദാനന്തര ബിരുദം. അദ്ധ്യാപകനാണ്. കഥാകൃത്ത്, നോവലിസ്റ്റ്, സാംസ്കാരിക പ്രവർത്തകൻ ഗ്രന്ഥശാല പ്രവർത്തകൻ, സംഘാടകൻ . എഴുത്തുകൂട്ടം ഇടുക്കി ജില്ലാ ഘടകം പ്രസിഡന്റ് ആണ്. പുരോഗമന കലാസാഹിത്യസംഘം സംസ്ഥാന സമിതി അംഗമാണ്. ആനുകാലികങ്ങളിൽ കഥയെഴുതുന്നു. പുറമ്പോക്ക്, ആകാശം പെറ്റ തുമ്പികൾ എന്നിങ്ങനെ രണ്ട് കഥാസമാഹാരങ്ങളും *ജക്കരന്ത* എന്ന നോവലും പുസ്തകങ്ങളായി ഇറങ്ങിയിട്ടുണ്ട്. സാംസ്കാരിക വകുപ്പ് വജ്രജൂബിലി ഫെലോഷിപ്പ് പദ്ധതിയുടെ ഇടുക്കി ജില്ലാ കോർഡിനേറ്ററായി പ്രവർത്തിച്ചിട്ടുണ്ട് . ബുക്ക് കഫേ അക്ബർ കക്കട്ടിൽ നോവൽ പുരസ്കാരം, നളന്ദ പുരസ്കാരം, മലയാള ഐക്യവേദി കൊലുമ്പൻ കഥാപുരസ്കാരം എന്നിവ ലഭിച്ചിട്ടുണ്ട്. 2021 ൽ കേന്ദ്ര സാഹിത്യഅക്കാദമിയുടെ യങ് റൈറ്റേഴ്സ് മീറ്റിൽ മലയാളത്തെ പ്രതിനിധീകരിച്ച് കഥ അവതരിപ്പിച്ചു. കേന്ദ്ര സാഹിത്യഅക്കാദമിയുടെ യുവ പുരസ്കാറിന് മൂന്നുതവണ ഷോർട്ട് ലിസ്റ്റ് ചെയ്യപ്പെട്ടു. 2021 ലെ യുവസാഹിത്യ പുരസ്കാർ ലഭിച്ചു. കട്ടപ്പന മുനിസിഫ് കോടതി ജീവനക്കാരനാണ്.

അച്ഛൻ	:	എൻ ജി മോഹനൻ
അമ്മ	:	ശോഭന മോഹനൻ
ഭാര്യ	:	റോസ്മിൻ സിബി
മകൻ		ഫിദൽ റോസ് മോബിൻ
വിലാസം	:	നെല്ലൻകുഴിയിൽ കാഞ്ചിയാർ പി ഒ പിൻ - 685511 ഇടുക്കി ജില്ല
ഫോൺ	:	04868 - 271395
മൊബൈൽ	:	9496093395, 7025493395
ഇ മെയിൽ	:	mobinmohang@gmail.com
ബ്ലോഗ്	:	mobinmohang.blogspot.in

പ്രസാധകക്കുറിപ്പ്

പ്രണയത്തിന്റെ കാലദേശങ്ങൾക്കപ്പുറത്തേക്കുള്ള സഞ്ചാരങ്ങൾ നമുക്കറിയാം. പ്രണയത്തിന് കാലമോ ദേശമോ തടസ്സമല്ല. ലോകത്തിന്റെ ഏതുകോണിൽ നടക്കുന്ന പ്രണയവും നാം നമ്മുടേതാക്കുന്നു. ടോൾസ്റ്റോയിയുടെ ഉയിർത്തെഴുന്നേല്പിലെ നെഖ്‌ലിയുദോവും കറ്റ്യൂഷയും തമ്മിലെ പ്രണയം നമ്മുടേതുകൂടിയാവുന്നത് അതുകൊണ്ടാണ്. യൂറോപ്പ് കഥാഭൂമികയാവുന്ന നോവലാണ് *ജക്കരന്ത*. ആൽപ്സ് പർവ്വതനിരകളും ടൂറിസ്റ്റ് കേന്ദ്രമായ കാർണോവിയയും പ്രണയത്തിന്റെ രൂപകങ്ങളായി ഈ നോവലിൽ നിറയുന്നു. ചരിത്രവും ഐതീഹ്യവും കൂടിപ്പിണയുന്ന ഈ നോവൽ മികച്ച വായനാനുഭവമാണ്.

ചിന്ത പബ്ലിഷേഴ്സ്

മുന്നുര

കഥയെഴുത്തിനേക്കാൾ ശ്രമകരമാണ് നോവലെഴുത്ത് എന്ന ധാരണ ഈ നോവലെഴുതുന്നതിന് തൊട്ട് മുൻപോ അതിന് ശേഷമോ ഉണ്ടായതല്ല. എന്റെ വായനാ യാത്രയിൽ എന്നെ വിസ്മയിപ്പിക്കുകയും അത്ഭുതം കൂറുകയും മനസ്സിനെ പിടിച്ചുലയ്ക്കുകയും ഒരുപാട് വൈകാരികതലങ്ങളിലൂടെ കൊണ്ടുപോകുകയും ചെയ്ത കുറേയധികം നോവലുകൾ ഉണ്ട്. അത്തരം നോവലുകളുടെ ഭാഷാപരവും ഘടനാപരവുമായ ഔന്നത്യവും രൂപ സൗന്ദര്യവും മാനവികതയും സംവേദനരീതിയുമെല്ലാം കണ്ട്, നോവൽ എന്ന സാഹിത്യരൂപത്തിന്റെ ആഴവും പരപ്പും കുറച്ചളവിലെങ്കിലും മനസ്സിലാക്കാൻ സാധിച്ചിട്ടുണ്ട്. ഒരു നോവലെഴുതാൻ എന്നെ അധൈര്യപ്പെടുത്തിയ ഘടകവും അതാവാം.

ഞാൻ നെഞ്ചേറ്റുന്ന കുറേ നോവലിസ്റ്റുകൾ ഉണ്ട്. എന്റെ ആദ്യപുസ്തകം ഇറങ്ങിയതിനുശേഷം സാഹിത്യരംഗത്തെ പല പ്രതിഭകളെ നേരിട്ട് പരിചയപ്പെടുവാനും ഗുരുസ്ഥാനീയരായ എഴുത്തുകാരുമായി സംവദിക്കുവാനും ഇടവന്നിട്ടുണ്ട്.

ഒരു നോവൽ എഴുതുവാനുള്ള ആഗ്രഹത്തിന് പ്രചോദനം നല്കിയത് എന്റെ പ്രിയ കഥാകാരൻ പി സുരേന്ദ്രൻ മാഷാണ്. അദ്ദേഹത്തോടുള്ള സ്വകാര്യ സംഭാഷണത്തിലെപ്പൊഴോ ഇക്കാര്യം ഉന്നയിച്ചപ്പോൾ അദ്ദേഹം പകർന്നുതന്ന ഊർജ്ജം നോവലിന്റെ അവസാന ഘട്ടം വരെ എന്നെ സഹായിച്ചു.

ഇനി നോവലിനെപ്പറ്റി....

വഴിയരികിൽ വയലറ്റ് പൂക്കളുമായി ഒരു കുടപോലെ തണൽ ചൊരിഞ്ഞ് നില്ക്കുന്ന ജക്കരന്ത മരങ്ങളുടെ ഭംഗി ഏതോ യാത്രയിൽ എന്നെ സ്വാധീനിച്ചു. പാശ്ചാത്യ നാടുകളിൽ വഴിയോരങ്ങളെ സുന്ദര

മാക്കുവാൻ ജക്കരന്തകൾ നട്ടുപിടിപ്പിക്കാറുണ്ടെന്നും ജക്കരന്തകൾ ഇട തൂർന്ന് വളരുന്ന ജക്കരന്ത സിറ്റികൾ ഉണ്ടെന്നും വസന്തകാലത്ത് പല തരത്തിലുള്ള ഫെസ്റ്റുകൾ ഇതുമായി ബന്ധപ്പെട്ട് അവിടങ്ങളിൽ നട ത്താറുണ്ടെന്നും പിന്നീടറിഞ്ഞു. ജക്കരന്തകളുടെ വയലറ്റ് മാസ്മരിക തയെ പ്രണയവുമായി ഇഴകോർത്ത് ഒരു ചെറിയ നോവൽ എന്ന ആശയം അങ്ങനെയാണ് മനസ്സിൽ കടന്നുകൂടിയത്.

എഴുത്തിന്റെ പലഘട്ടങ്ങളിലും അലസത പിടിമുറുക്കുമ്പോൾ പ്രചോദനവുമായി എത്തിയത് പ്രിയ സുഹൃത്ത് വിപിൻ വിജയനാണ്. നോവൽ എഴുതി പൂർത്തീകരിക്കുവാൻ ജക്കരന്തപ്പൂക്കളുടെ നിറമുള്ള വയലറ്റ് മഷിയും പേനയുംവരെ എനിക്കദ്ദേഹം വാങ്ങിത്തന്നിട്ടുണ്ട്. മുന്നോട്ട് പോകുവാൻ പറ്റാത്ത പ്രതിസന്ധികളിൽപ്പെട്ട് പലയിടങ്ങളിലും നോവൽ നിന്നു പോകുന്ന സന്ദർഭങ്ങൾ ഉണ്ടായിട്ടുണ്ട്, അപ്പോളൊക്കെ ഒരു ജ്യേഷ്ഠസഹോദരനെപ്പോലെ എഴുത്തിന്റെ ചില ഗുട്ടൻസുകൾ പറഞ്ഞുതന്നത് കെസിച്ചായനാണ്. (നാടകകൃത്ത് കെ സി ജോർജ്ജ്). സുഹൃത്തും എഴുത്തുകാരനുമായ അരുൺ അണക്കരയും പി സി തോമസ് എന്ന ഞങ്ങളുടെ പ്രിയപ്പെട്ട പി സിയും, നിതിൻ അമൽ ആന്റ ണിയും ഈ നോവലിന്റെ പണിപ്പുരയിൽ എന്നെ സഹായിച്ചവരാണ്. കവി കെ ആർ രാമചന്ദ്രൻ മാഷിനും നന്ദി.

ഞാനാദ്യം സൂചിപ്പിച്ചപ്പോലെ നോവലെഴുത്തിന് ഊർജ്ജം നല്കി യത് സുരേന്ദ്രൻ മാഷാണ്. അദ്ദേഹവുമായി സംസാരിക്കുമ്പോളൊക്കെ ഒരു പ്രസാദാത്മക ഊർജ്ജം എന്നിലേക്ക് സന്നിവേശിക്കുന്നതായി തോന്നിയിട്ടുണ്ട്. മാഷ് തന്ന പ്രോത്സാഹനങ്ങൾക്കും ഒരു പുതുമുഖ എഴുത്തുകാരന്റെ നോവലിന് യാതൊരു മടിയും കൂടാതെ അവതാരിക എഴുതിത്തന്ന ആ വലിയ മനസ്സിനും നന്ദി. ചിന്ത പബ്ലിഷേഴ്സ് നോവ ലിന് ഒരു പുനർജ്ജന്മം നല്കുകയാണ്. ചിന്തയെ ഹൃദയത്തോട് ചേർക്കുന്നു.

പ്രകൃതിയുടെ പ്രണയഭാവങ്ങളെ ദീപ്തമാക്കുന്ന എല്ലാ ജീവ-അജീവ ഘടകങ്ങൾക്കും പ്രണാമം. വയലറ്റ് പുഷ്പങ്ങളാൽ മണ്ണിലും കണ്ണിലും മനസ്സിലും പ്രണയരാജി തീർക്കുന്ന ജക്കരന്ത മരങ്ങളുടെ മാസ്മരികത തന്നെയാണ് നോവലിന്റെ കാമ്പ്. നോവലിനാധാരമായ പാശ്ചാത്യഭൂമികയ്ക്കോ, പിന്നിലെ ചരിത്രപരതയ്ക്കോ അപ്പുറം പ്രണയ സൗഹൃദങ്ങളുടെ ഭാവഭേദങ്ങൾ തന്നെയാണ് വായനയുടെ കാതൽ എന്ന് സൂചിപ്പിച്ചുകൊണ്ട് സ്നേഹപൂർവ്വം നിങ്ങൾക്കുമുന്നിൽ *ജക്കരന്ത* വായ നയ്ക്കായി സമർപ്പിക്കുന്നു.

മോബിൻ മോഹൻ

ഇടുക്കിയിൽ നിന്നൊരു യൂറോപ്യൻ നോവൽ

മലയാളഭാഷയെ സംബന്ധിച്ചിടത്തോളം അത്യന്തം കൗതുകകരമായ നോവലാണ് മോബിൻ മോഹന്റെ *ജക്കരന്ത*. ഇതൊരു പ്രണയകഥയാണ്. ഒറ്റക്കഥയല്ല. പല കഥകൾ. നിത്യമായ പ്രണയം മിത്തുകളുടെ പരിവേഷം ചാർത്തി ഈ നോവലിൽ പ്രത്യക്ഷപ്പെടുന്നു. ജക്കരന്ത ഒരു പൂമരമാണ്. ജക്കരന്തയെ ചുറ്റിപ്പറ്റി അനേകം ഉപകഥകൾ ഈ നോവലിലുണ്ട്. മിക്കതും ഏതെങ്കിലും തരത്തിൽ പ്രണയവുമായി ചേർന്നു നില്ക്കുന്നു. പ്രകൃതി പ്രതിഭാസങ്ങളൊക്കെ ജക്കരന്തയെ ചുറ്റിക്കടന്നുപോകുന്നു. ആ നിലയ്ക്ക് ഈ കൃതിയെ ഒരു പാരിസ്ഥിതിക പ്രണയ നോവലെന്നും വിശേഷിപ്പിക്കാം. എന്നാൽ പ്രണയം മാത്രമല്ല ചരിത്രവും ഈ നോവലിൽ കടന്നുവരുന്നു. മതവും ആത്മീയതയുമുണ്ട്. സങ്കരങ്ങൾ ഈ നോവലിന് ഫ്യൂഷന്റെ സ്വഭാവം നല്കുന്നു.

"ചൈനയിലെ വൻമതിൽ" എന്നൊരു കഥ ഫ്രാൻസ് കാഫ്ക എഴുതിയിട്ടുണ്ട്. അദ്ദേഹം ചൈനയിൽ പോയിട്ടില്ല. താനൊരിക്കലും കാലു കുത്തിയിട്ടില്ലാത്ത ചില ഭൂപ്രദേശങ്ങൾ യാഥാർത്ഥ്യമെന്നു തോന്നുമാറ് ഭാവനാത്മകമായി ഒ വി വിജയൻ തന്റെ കൃതികളിൽ അവതരിപ്പിച്ചിട്ടുണ്ട്. "പാറകൾ" എന്ന കഥയിലെ ഭൂപ്രദേശം അത്തരമൊന്നാണ്. ഒ വി വിജയന്റെ ശാരീരികസ്ഥിതി വൈവിദ്ധ്യമാർന്ന ഭൂപ്രദേശങ്ങളിൽ അലഞ്ഞുനടക്കാൻ പറ്റുന്നതരത്തിലുള്ളതായിരുന്നില്ല. എന്നാൽ ഭാവന കൊണ്ട് പലദേശങ്ങളെ ചെന്നുതൊടുകയും അവയെ വിസ്മയകരമായ ചാരുതയോടെ അവതരിപ്പിക്കുകയും ചെയ്തു. വിജയന്റേത് കോസ്മിക് വിഷനായിരുന്നു. പ്രകൃതിപ്രതിഭാസങ്ങളെ ദാർശനിക ശോഭയോടെയാണ് വിജയൻ തന്റെ കൃതികളിൽ സന്നിവേശിപ്പിച്ചത്.

ഇടുക്കിയിലിരുന്നെഴുതിയ യൂറോപ്യൻ നോവലാണ് *ജക്കരന്ത*.

അതുകൊണ്ടുതന്നെ ഈ കൃതി അത്യന്തം ഭാവനാത്മകമാണ്. ഈ കൃതിയിലെ മതം, പ്രകൃതി, ആത്മീയത, ജീവിതം എന്നിവയ്ക്ക് യൂറോപ്പുമായാണ് ബന്ധം. നോവലും കഥയുമൊക്കെ യാഥാർത്ഥ്യങ്ങളുടെ ആവിഷ്കാരമാണെന്നു തെറ്റിദ്ധരിക്കുന്ന ഇക്കാലത്ത് ഭാവനയെ തിരിച്ചുപിടിച്ചേ മതിയാവൂ. സാഹിത്യം ഭാവനയാണ്. സത്യമെന്നു തോന്നിപ്പിക്കുന്ന ഭാവന കഥയെ സത്യമായി കാണുകയേ അരുത്. നുണകൾക്കൊണ്ട് വിഭ്രമിപ്പിക്കണം. നിത്യജീവിതത്തിൽ മാത്രമേ നുണയെ മാറ്റി നിർത്താവൂ. കഥയിൽ കുറുക്കനും കാക്കയും തമ്മിൽ സംസാരിക്കുന്ന നുണകൾ ധാരാളമുണ്ടാവണം. അപ്പോഴാണത് കാലാതിവർത്തിയാവുക. പൂച്ചയും എലിയും തമ്മിലുള്ള കളി തുടങ്ങിയിട്ട് കാലമെത്രയായി. എത്ര തലമുറയിലെ കുട്ടികൾ അതു കണ്ടും കേട്ടും രസിച്ചു.

മോബിൻ മോഹന്റെ നോവലിൽ ആൽപ്സ് പർവ്വതം കടന്നുവരുന്നു. ആൽപ്സ് പർവ്വതമോ യൂറോപ്പോ കണ്ടിട്ടുള്ള എഴുത്തുകാരനല്ല മോബിൻ. ഇടുക്കിയിൽ ജീവിച്ച് ആൽപ്സ് പർവ്വതത്തെ ഭാവന ചെയ്യുന്നതിലുമുണ്ട് കാവ്യാത്മകത.

ഈ നോവലിലെ യൂറോപ്യൻ ദേശങ്ങൾ വസ്തുതാപരമായ ഒന്നാവണമെന്നില്ല. അത് മോബിൻ ഭാവന ചെയ്യുന്ന പ്രകൃതിയും ജീവിതവുമാണ്. ആ നിലയ്ക്ക് മലയാള ഭാവന തിരിച്ചുപിടിക്കാനുള്ള യത്നം കൂടിയായി *ജക്കരന്ത*യെ പരിഗണിക്കാം.

ടൂറിസം കൊണ്ടു പുലരുന്ന ദേശമാണ് ഈ നോവലിലെ കാർണോവിയ. ജക്കരന്ത ധാരാളമായി വളരുന്നു. അങ്ങനെയാണത് ജക്കരന്ത സിറ്റിയായത്. കാർണോവിയയുടെ അടയാളമാണ് ജക്കരന്ത. ആ മരത്തെ ചുറ്റി ഒത്തിരി പ്രണയങ്ങൾ പൂക്കുന്നു. ആ പ്രണയമാണ് ഈ നോവലിലെ മുഖ്യപ്രമേയം. ക്രിസ്തീയജീവിതവും അതിന്റെ ആത്മീയതയും ഈ നോവലിന്റെ അരികുകളിൽ സ്വർണ്ണക്കരപോലെ വീണുകിടക്കുന്നു. പ്രകൃതിയുടെ നിറസാന്നിദ്ധ്യം ഈ നോവലിലുണ്ട്. മനുഷ്യരെ ഒറ്റയ്ക്കു കാണുന്നില്ല മോബിൻ. പ്രകൃതിപ്രതിഭാസങ്ങളുടെ പശ്ചാത്തലത്തിലാണ് മനുഷ്യരെ ദർശിക്കുന്നത്. പ്രണയങ്ങൾക്കു കുടചൂടുകയും പ്രണയികൾക്കു പൂമെത്തയൊരുക്കുകയും ചെയ്യുന്നതോടെ ജക്കരന്തകൾ കൂടുതൽ മനോഹരികളാവുകയും അങ്ങനെ കാർണോവിയയ്ക്കു സൗന്ദര്യം കൂടുകയും ചെയ്യുന്നു. ജക്കരന്തപോലെ ഡൊമിനിക്കൻ ദേവാലയവും നോവലിൽ നിറഞ്ഞുനില്ക്കുന്നു. ദേവലയത്തിലെ പ്രാർത്ഥനകൾ ഈ നോവലിലെ വരികൾക്കിടയിൽ മുഴങ്ങുകയും ചെയ്യുന്നു.

പ്രണയംപോലെ ചരിത്രവും ഈ നോവലിൽ പ്രധാനമാണ്. ജക്കരന്തയ്ക്കും, റാക്കോണനലയ്ക്കും പിന്നിൽ ഐതിഹ്യമുണ്ട്. ഐതിഹ്യങ്ങൾ പുരാവൃത്തത്തിന്റെ ചാരുത ഈ കൃതിക്കു നല്കുന്നു. ഭാവനാത്മകമായ എഴുത്തിനിടയിൽ കണിശമായ ചരിത്ര വസ്തുതകളും കടന്നുവരുന്നു. നെപ്പോളിയൻ ബോണപ്പാർട്ടിന്റെ ജീവിതം ഈ നോവലിൽ പ്രത്യക്ഷപ്പെടുന്നതോടെ ഈ നോവലിലെ ഭാവനാത്മകമായ പ്രദേശ

ങ്ങളും കാലവും സത്യം തന്നെയെന്ന പ്രതീതി സൃഷ്ടിക്കും. കഥയേത്, യാഥാർത്ഥ്യമേത് എന്നറിയാത്ത വിഭ്രമത്തിൽ വായനക്കാർ അകപ്പെടും. അതുതന്നെയാണ് ഈ കൃതിയുടെ വിജയവും.

സംസ്കാരങ്ങളുടെ സംഘർഷവും കാർണോവിയയിലുണ്ട്. ജൂത-ക്രിസ്തീയസംഘർഷമാണത്. ഇസബെല്ലയിലൂടെ ജൂതമതവും അതിന്റെ ദൈവാനുഭവങ്ങളും ദാർശനികതയുമൊക്കെ ഈ നോവലിന്റെ ഭാഗമാവും. വൈജ്ഞാനികമായ ഒരു തലത്തിലേക്ക് നോവലിന്റെ ചിലഭാഗങ്ങൾ മാറുന്നതിന്റെ ചാരുതയും വായനക്കാർ അനുഭവിക്കും.

ജൂതമതത്തെക്കുറിച്ചുള്ള അറിവുകൾ നോവലിനുമേൽ കെട്ടിവെക്കുകയല്ല. മറിച്ച് ഇസബെല്ലയെന്ന ജൈവാനുഭവത്തിൽ ലയിപ്പിക്കുകയാണ്.

കഥാപാത്രസൃഷ്ടിയിലും ആഖ്യാനത്തിലും വായനാസുഖത്തിലും ഒക്കെ മികച്ചുനില്ക്കുന്ന നോവലാണിത്. ഈ കൃതിയിലൂടെ മികച്ചൊരു നോവലെഴുത്തുകാരൻ കൂടി രംഗപ്രവേശം ചെയ്യുകയാണ്.

പി സുരേന്ദ്രൻ

ചാരുട്ടിക്കും അനിയൻകുട്ടനും ഫിദലിനും

ഒന്ന്

എവിടെ നിന്നോ എത്തിയ ഒരിളം കാറ്റ് ആ ജക്കരന്ത മരത്തിന്റെ ചില്ലകളെ ചെറുതായൊന്നിളക്കി. വയലറ്റ് പൂക്കൾ ഒരു ചെറുമഴ പോലെ പെയ്തിറങ്ങി. അവയിൽ ചിലത് അമേലിയയുടെ ചെമ്പൻ മുടിയിലും പറ്റിപ്പിടിച്ചിരുന്നു. അവൾ അത് എടുത്തുകളയാൻ ശ്രമിച്ചില്ല. ആ കാറ്റിന്റെ തുടരലകൾ മറ്റു ജക്കരന്ത മരങ്ങളെയും തഴുകിയിരുന്നു. അങ്ങിങ്ങായി പിന്നെയും വയലറ്റ് പുഷ്പവൃഷ്ടികൾ നടന്നു. കാത്തിരിപ്പ് വിരസമെങ്കിലും ഈ കാത്തിരിപ്പ് വിരസമല്ല. ഇത് ഒക്ടോബർ മാസമാണ്. കാർണോവിയ ഏറ്റവും സുന്ദരിയായിരിക്കുന്ന സമയം. പരദേശികൾ ജക്കരന്ത സിറ്റി എന്ന് വിളിക്കുന്ന കാർണോവിയ അതിന്റെ വിശേഷണത്തിന് ഏറ്റവും അർഹതയുള്ളവളാകുന്ന സമയം - ജക്കരന്തകൾ പൂക്കുന്ന മാസം. ആ പ്രദേശമാകെയുള്ള ആയിരക്കണക്കിന് ജക്കരന്തകളാവണം രാജ്യഭൂപടത്തിൽ പോലും കാർണോവിയയ്ക്ക് വയലറ്റ് നിറം നല്കിയത്. പാർക്കുകളിൽ, പള്ളി മുറ്റങ്ങളിൽ, വഴിയോരങ്ങളിൽ, സർക്കാർ കെട്ടിടങ്ങളുടേയും ഓഫീസുകളുടേയും മുറ്റങ്ങളിൽ, കൃഷിയിടങ്ങളിൽ, എന്തിന്, സെമിത്തേരികളിൽ പോലും ജക്കരന്തകൾ ഉണ്ട്. ചില മരങ്ങളിൽ ഇളം വയലറ്റ് പൂക്കളെങ്കിൽ, ചിലതിൽ നീല വർണ്ണവും കൂടി കലർന്ന പൂക്കൾ. ചിലതാവട്ടെ കടുംവയലറ്റ്. നിറത്തിലെ ഈ വ്യത്യാസം മരങ്ങളുടെ സ്വഭാവത്തിലില്ല. ഒക്ടോബറിൽ ഇലകളും ചില്ലകളും കാണാത്ത വിധം ജക്കരന്ത മരങ്ങൾ വയലറ്റ് പൂക്കൾ ചൂടി നില്ക്കും. ഒരു വയലറ്റ് കുട പിടിച്ചു നില്ക്കുന്നതുപോലെ. ഓരോ ഇളം കാറ്റിലും വീഴുന്ന പൂക്കൾ മരച്ചുവട്ടിൽ ഒരു വയലറ്റ് പരവതാനി വിരിച്ചിരിക്കും. ആ പരവതാനിയിൽ എല്ലാം മറന്ന് സ്വപ്ന ലോകത്ത് വിരാജിക്കുന്ന പ്രണയിനികൾ കാർണോവിയയെ കൂടുതൽ സുന്ദരിയാക്കുന്നു.

വിശുദ്ധ ഡൊമിനിക്കൻ ദേവാലയത്തിലേക്കുള്ള കല്ലു പാകിയ വഴിയുടെ ഇരു വശങ്ങളിലും ജക്കരന്തകളുണ്ട്. കൽവഴിയുടെ കവാടത്തിന്റെ മുന്നിൽനിന്നു നോക്കിയാൽ ജക്കരന്തയുടെ വയലറ്റ് ചില്ലകൾക്കിടയിലൂടെ ദേവാലയത്തിനു പുറത്തുള്ള വിശുദ്ധ ഡൊമിനിക്കിന്റെ പ്രതിമ വ്യക്തമായി കാണാം. ചില ജക്കരന്തകളുടെ ചുവട്ടിൽ സഞ്ചാരികളേയും പള്ളിയിൽ വരുന്നവരേയും പ്രതീക്ഷിച്ച് ഇരിപ്പിടങ്ങളുമുണ്ട്. കല്ലുപാകിയ ആ വഴി ഒക്ടോബറിൽ ഒരു വയലറ്റ് പരവതാനിയായി മാറിയിരിക്കും. നവംബറിന്റെ ആദ്യ ആഴ്ച വരെ. ഈ സമയങ്ങളിൽ പുലർച്ചെയുള്ള കുർബ്ബാനയ്ക്കു വരുന്ന ആളുകളുടെ എണ്ണവും കൂടുതലായിരിക്കും. അതിൽ ഭൂരിഭാഗവും സഞ്ചാരികളും. പുലർച്ചെയുള്ള തണുപ്പിൽ പൊതിഞ്ഞ മഞ്ഞിനെ കീറിമുറിച്ച് വയലറ്റ് പരവതാനിയിലൂടെ നടന്ന് വയലറ്റ് പുഷ്പവൃഷ്ടികളേറ്റ് ദേവാലയത്തിലെത്തുന്നതും ഭക്തിസാന്ദ്രമായ ആ നിശ്ശബ്ദതയിൽ കുർബ്ബാന സ്വീകരിക്കുന്നതും ഏറ്റവും കുളിർമ്മയുള്ള അനുഭവമാണ്.

കുർബ്ബാന കഴിഞ്ഞ് ആളുകളെല്ലാം പോയിരിക്കുന്നു. അമേലിയ ഒരു ജക്കരന്തയുടെ ചുവട്ടിലുള്ള ഇരിപ്പിടത്തിലിരുന്നു. ഇടയ്ക്കിടയ്ക്ക് വലത്തേക്ക് നോക്കി. ദൂരെയുള്ള കവാടത്തിലേക്ക്. തണുപ്പ് അസഹ്യമായപ്പോൾ തലമുടിയിൽ പറ്റിപ്പിടിച്ചിരിക്കുന്ന പൂക്കൾ തട്ടിക്കളഞ്ഞ് തോളിൽ കിടന്ന ഷാൾ കോണോടായി മടക്കി തലയ്ക്കു കുറുകെ കെട്ടി. പെട്ടെന്നാണ് അവളുടെ ചാരനിറമുള്ള കണ്ണുകൾക്ക് തിളക്കം കൂടിയത്. ജക്കരന്തകളിൽ കിന്നാരം ചൊല്ലുന്ന തെക്കൻ കാറ്റിൽ ചെമ്പൻമുടിയിഴകൾ അലസമായി പാറിപ്പറന്ന്, കണ്ണുകളിൽ പ്രണയത്തിന്റെ ദീപം തെളിയിച്ച്, ചുണ്ടുകളിൽ വശ്യസൗന്ദര്യ മന്ദഹാസവുമായി ഒരു യുവാവ്, ഇളകി മറിയുന്ന വെളുത്ത കേശഭംഗിയുള്ള ബലിഷ്ഠനായ ഒരു തവിട്ടു കുതിരയുടെ മുകളിൽ പ്രത്യേകമായ ചലനങ്ങളോടെ അവളുടെ അടുത്തേക്ക് വന്നു. അവന്റെ ചേഷ്ടകൾക്കനുസൃതമായി കുതിരയും ചലനങ്ങൾ രൂപപ്പെടുത്തി. ഇടയ്ക്കിടയ്ക്കുള്ള പുഷ്പവൃഷ്ടി ആ വരവിന് ഒരു കാല്പനികത പകർന്നു. അവളുടെ സമീപമെത്തുന്നതിന് കുറച്ച് ദൂരം മുൻപ് അവൻ കുതിരപ്പുറത്തുനിന്നും ചാടിയിറങ്ങി കുതിരയുടെ അടുത്തേക്ക് ചെന്നിട്ട് പറഞ്ഞു:

“പ്രിയ ഡാനി, നിനക്കിവിടം വരെയെ അനുവാദമുള്ളു. ഇതിനപ്പുറം ഞങ്ങളുടെ സ്വർഗ്ഗമാണ്.”

ഡാനിയുടെ ഇടുപ്പിൽ അവൻ തലോടി. ഒരു മുരളലോടെ ഡാനി ശരീരമിളക്കി അവനോടുള്ള സ്നേഹം പ്രകടിപ്പിച്ചു. ചില പ്രത്യേക ഭാവചേഷ്ടകളോടെ അവൻ പരിഭവിച്ചിരിക്കുന്ന അമേലിയയുടെ അടുത്ത് എത്തി.

“സാൽവദോർ, ഇത്ര നേരം നീ എവിടെയായിരുന്നു?”

നിശാതീയറ്ററുകളിലെ ചരിത്രപുരുഷന്മാരുടെ വേഷം അവതരിപ്പിക്കുന്ന ഏതോ നടന്റെ ചേഷ്ടയിൽ ചിരിയായിരുന്നു അവന്റെ മറുപടി.

അമേലിയയുടെ കണ്ണുകൾ ചുവന്നു. സാൽവദോർ ഇടതുകാൽമുട്ടിൽ കുത്തിനിന്ന് കൈകൾ അവൾക്കു നേരെ ഉയർത്തി പറഞ്ഞു.

"പ്രാണ പ്രീയേ, നീയിവിടെ എന്നെയും കാത്ത് നില്പുണ്ടെന്ന് ഈയുള്ളവന് ബോദ്ധ്യമുണ്ടായിരുന്നു. അതുകൊണ്ടാണ് റാക്കോണ മല മുകളിൽനിന്ന് മിന്നൽ വേഗത്തിൽ ഞാനിവിടെ പറന്നെത്തിയത്."

അമേലിയയുടെ മുഖത്ത് ചിരി വിടർന്നു.

"സാൽവദോർ, നിന്നിൽ ആ നാടക നടന്റെ പ്രേതം കൂടിയോ? അല്ലെങ്കിലും നിനക്കെല്ലാം തമാശയാണല്ലോ?"

സാൽവദോർ ഒരു ചെറു ചിരിയോടെ പറഞ്ഞു.

"അമേലിയ, നിനക്കറിയാമല്ലോ, ഇത് സഞ്ചാരികളുടെ കാലമാണ്. ഈയുള്ളവന് ജീവിക്കാനുള്ള പണം പോക്കറ്റിൽ വീഴുന്ന സമയം. ഇന്ന് പുലർച്ചെ തന്നെ റാക്കോണ മലമുകളിലുള്ള വിശുദ്ധ ഡൈൻവെന്നിന്റെ ദേവാലയത്തിലേക്ക് സഞ്ചാരികളെ കൊണ്ടു പോകാനുണ്ടായിരുന്നു."

സാൽവദോർ പറഞ്ഞും തീരും മുൻപേ അവൾ ഇടയ്ക്കു കയറി:

"ഓ സാൽവദോർ. ഞാനതു മറന്നു പോയി."

കാർണോവിയയിലെത്തുന്ന സഞ്ചാരികൾക്ക് അവിടുത്തെ മനോഹരമായ ഭൂപ്രദേശങ്ങൾ കാണിച്ചുകൊടുത്ത് അവർക്ക് വഴികാട്ടിയും സഹായിയുമായി കഴിയുന്ന അനേകം യുവാക്കൾ കാർണോവിയയിലുണ്ട്. അവരിലൊരാളാണ് സാൽവദോർ. ഒരനാഥ യുവാവ്. വിശുദ്ധ ഡൊമിനിക്കിന്റെ ദേവാലയത്തോട് ചേർന്നുള്ള അനാഥർക്കും അശരണർക്കുമായുള്ള ദൈവമന്ദിരത്തിലാണ് അവൻ വളർന്നതും ഇപ്പോൾ താമസിക്കുന്നതും. അദ്ധ്വാനിച്ചു കിട്ടുന്ന പണം മുഴുവൻ അവിടെ പുരോഹിതനെ ഏല്പിക്കാറാണ് പതിവ്. അവനെപ്പോലെ അവന്റെ കൂട്ടുകാരും അങ്ങനെയാണ് ചെയ്യുന്നത്. അവന്റെ പ്രിയ ചങ്ങാതിയും അവിടുത്തെ അന്തേവാസിയുമായ അഗസ്റ്റാനോയേയും അവനോടൊപ്പം എപ്പോഴും കാണും. സഞ്ചാരികൾ കുറയുന്ന സമയത്ത് രണ്ടുപേരും മറ്റു ജോലികൾക്കു പോകും. അമേലിയയുമായി സാർവദോർ സംസാരിക്കുന്ന സമയത്ത് അഗസ്റ്റാനോയേയും ദേവാലയ കവാടത്തിനു സമീപം ഒരു കാവല്ക്കാരനെപ്പോലെ സാധാരണയായി കാണുന്നതാണ്.

"വരൂ നമുക്കവിടെ ഇരിക്കാം."

പതിവായി അവർ ഇരിക്കാറുള്ള ജക്കരന്തയുടെ ചുവട്ടിലുള്ള ഇരിപ്പിടം ചൂണ്ടി അവൻ പറഞ്ഞു. ഇരുവരും അവിടെപ്പോയി ഇരുന്നു.

"അമേലിയ, നിനക്കറിയുമോ, കാർണോവിയയുടെ സൗന്ദര്യം ഏറ്റവും നന്നായി ആസ്വദിക്കാൻ കഴിയുന്നതെവിടെ നിന്നാലാണെന്ന്?"

അമേലിയ സാൽവദോറിന്റെ മുഖത്തേക്ക് ആകാംക്ഷയോടെ നോക്കി. അവൻ തുടർന്നു:

"ഒരു സംശയവും വേണ്ട, റാക്കോണ മലയുടെ മുകളിൽ നിന്ന്. അവിടെനിന്നും നോക്കുമ്പോൾ കാർണോവിയ ഒരു വയലറ്റ് വെൽവറ്റ് പുതച്ചിരിക്കുന്ന പോലെ തോന്നും. കാർണോവിയയുടെ തെക്കുനിന്നും

വീശുന്ന ഒരു തണുത്തകാറ്റ് ശരീരമാകെ കുളിർമൊട്ടുകൾ നടും. റാക്കോണയിലെ ജക്കരന്തകൾക്ക് ആ ശീതക്കാറ്റ് ഏറ്റാവണം ഇളം വയലറ്റ് നിറം. ഒരു ദിവസം ഞാനവിടെ നിന്നെ കൊണ്ടുപോകാം അമേലിയ"

അവൾ പുഞ്ചിരിച്ചുകൊണ്ട് ചോദിച്ചു:

"എവിടെ അഗസ്റ്റാനോ?"

"അവൻ റാക്കോണയിൽ സഞ്ചാരികൾക്ക് അവിടെ ചുറ്റി നടന്ന് കാണിച്ചു കൊടുക്കുകയാണ്. ചരിത്രവും കഥകളും പറഞ്ഞ് ഒരു മണിക്കൂറോളം അവൻ പിടിച്ചു നില്ക്കും. കൈയിലുള്ളതെല്ലാം പറഞ്ഞു തീരുന്നതിനു മുമ്പ് വന്നേക്കാം എന്നുറപ്പു കിട്ടിയതിനുശേഷമാണ് അവനൊന്നു പോകാനനുവദിച്ചത്."

"എനിക്കും പോകാനുള്ള സമയമായി സാൽവദോർ. അപ്പൻ അന്വേഷിക്കാൻ തുടങ്ങിക്കാണും."

അവൾ എഴുന്നേല്ക്കാൻ തുടങ്ങുമ്പോൾ അവളുടെ കൈയിൽ പിടിച്ച് കണ്ണുകളിൽ കവിത നിറച്ച് അവൻ പറഞ്ഞു.

"ജക്കരന്തകൾ പൂക്കുന്ന ഒരു ഒക്ടോബറിൽ വെളുത്ത മേഘക്കെട്ടുകൾ പോലുള്ള വിവാഹ വസ്ത്രമണിഞ്ഞ് നിന്റെ വെളുത്ത ഗ്ലൗസിട്ട കൈകളിൽ പിടിച്ച് ഈ കൽവീഥിയിലൂടെ കറുത്ത കോട്ടും സ്യൂട്ടുമണിഞ്ഞ് ദേവാലയ ശുശ്രൂഷകരുടെ ബ്യൂഗിൾ ഈണത്തിന്റെ അകമ്പടിയോടെ ദേവാലയത്തിലെത്തുകയും അവിടെ വച്ച് നിന്റെ പച്ച മുന്തിരിങ്ങയുടെ മാർദ്ദവമുള്ള കഴുത്തിൽ ഇക്കിളിപ്പെടുത്തി മിന്നു കെട്ടുകയും ചെയ്യും."

സാൽവദോർ പറഞ്ഞു തീരുംമുൻപേ ജക്കരന്ത പെയ്തു. വയലറ്റ് പൂക്കൾ അവരുടെ സ്വപ്നങ്ങളെ തലോടി വീണു. ജക്കരന്തകൾ പുഷ്പവൃഷ്ടി ചൊരിഞ്ഞാൽ പറയുന്ന കാര്യം നടക്കും എന്നാണ് കാർണോവിയക്കാരുടെ വിശ്വാസം - അമേലിയയുടെ കൈകളിൽ അവൻ ചുംബിച്ചു. ഒരു പുഞ്ചിരി സമ്മാനിച്ച് അവൾ അവന്റെ കൈകൾ സ്നേഹപൂർവ്വം വിടുവിച്ച് പറഞ്ഞു:

"എങ്കിൽ ശരി അടുത്ത ദിവസം കാണാം."

അവൾ അവിടെനിന്നും നടന്നകന്നു. കവാടത്തിലെത്തിയപ്പോൾ ഒന്നു തിരിഞ്ഞുനോക്കി. കണ്ണുകളിൽനിന്നും മായുന്നതുവരെ സാൽവദോർ അവളെ നോക്കിനിന്നു. അങ്ങിങ്ങായി ജക്കരന്തകൾ പെയ്തുകൊണ്ടിരുന്നു.

രണ്ട്

റാക്കോണയിൽ എത്തുമ്പോൾ സാൽവദോർ നന്നായി ക്ഷീണിച്ചിരുന്നു. ദേഹം മുഴുവൻ സെൽബിയിലെ കോടതി കെട്ടിടത്തിന്റെ മുറ്റത്തുള്ള ഭീമൻ ക്ലോക്കിന്റെ സ്പന്ദനത്തിന്റെ താളത്തിൽ കിതച്ചു. അവൻ ചെമ്പൻകണ്ണുകളുള്ള യുവാവിനെ തിരഞ്ഞു. അഗസ്റ്റാനോ സഞ്ചാരികൾക്ക് റാക്കോണ മലയുടെ പിന്നിലെ ഐതിഹ്യം പറഞ്ഞു കൊടുക്കുകയായിരുന്നു. സാൽവദോർ അവന്റെ അടുത്തെത്തി ചെവിയിൽ പതിയെ ചോദിച്ചു.

"നീ ഇവിടെവരെ പറഞ്ഞെത്തിയതേയുള്ളോ? ഞാൻ കരുതി നീ വെള്ളം കുടിക്കുകയാവുമെന്ന്."

"സാൽവദോർ, ഞാൻ റാക്കോണ മലയുടെ ചരിത്രം പറയുകയായിരുന്നു. സഞ്ചാരികളുടെ മുന്നിൽ നിന്നെപ്പോലെ വാചാലനാവാൻ ഞാനും പഠിച്ചിരിക്കുന്നു. എന്താ നിനക്കെന്നെ വിശ്വാസമില്ലേ?"

"ചരിത്രത്തിൽ മായം ചേർക്കരുത് അഗസ്റ്റാനോ?"

സാൽവദോറിന്റെ പ്രതികരണത്തിന് രൂക്ഷമായ ഒരു നോട്ടമായിരുന്നു മറുപടി. അഗസ്റ്റാനോ സഞ്ചാരികളോട് പ്രഭാഷണം തുടർന്നു. സാൽവദോർ ഒരു ജക്കരന്തയുടെ ചുവട്ടിലിരുന്നു. ഒരു തണുത്ത കാറ്റ് അവന്റെ ശരീരത്തിലെ വിയർപ്പുതുള്ളികളെ ഒപ്പിയെടുത്തു.

ഒരു നിമിഷം അവൻ കണ്ണുകളടച്ചു. കണ്ണുതുറന്നപ്പോൾ ഒരു പെൺകൊടി അവന്റെ മുന്നിൽ നില്ക്കുന്നു. സഞ്ചാരികളുടെ കൂട്ടത്തിൽ ഗാന്റിയയിൽ നിന്നുള്ളവളായിരുന്നു അത്.

"റാക്കോണയുടെ കഥ ഒന്നുകൂടിപ്പറയാമോ?" അവൾ ചോദിച്ചു.

അവൻ റാക്കോണയുടെ കഥ അവൾക്ക് പറഞ്ഞു കൊടുത്തു.

പണ്ട് പണ്ട് റാക്കോണയുടെ അടിവാരത്ത് ആട്ടിടയന്മാർ താമസി

ച്ചിരുന്നു. അവരിൽ റാക്കിയസ് എന്നു പേരുള്ള ഒരു യുവാവായ ആട്ടിട യൻ ഉണ്ടായിരുന്നു. കാണാൻ അതീവ സുന്ദരനായ റാക്കിയസിന് ഒരു കാമുകിയുണ്ടായിരുന്നു, സിബില്ല. കണ്ണെത്താദൂരത്തോളം ഗോതമ്പുപാ ടമുള്ള ഒരു വലിയ ധനികന്റെ മകളായിരുന്നു അവൾ. അവളുടെ പിതാ വിനൊഴികെ നാട്ടിലുള്ളവർക്കെല്ലാം ഇവരുടെ ബന്ധത്തെപ്പറ്റി അറിയാ മായിരുന്നു. സുന്ദരനായ റാക്കിയസും നീളൻ മുടിയുള്ള സിബില്ലയും ഒന്നാകുന്നതു കാണാൻ ഏവരും കൊതിച്ചു. പക്ഷേ, എല്ലാവരുടേയും ആശകൾ തകർത്ത് വിധി ഒരു മഹാ രോഗമായി സിബില്ലയെ വേട്ടയാടു കയും അവസാനം അവൾ മരണത്തിന് കീഴടങ്ങുകയും ചെയ്തു. അവളെ കാണാൻ അവളുടെ പിതാവ് റാക്കിയസിനെ അനുവദിച്ചില്ല. ഈ സംഭവത്തിനുശേഷം റാക്കിയസിന്റെ മാനസിക നില തെറ്റി. അവൻ അടിവാരത്തുനിന്നും മലമുകളിലേക്ക് ഓടിക്കയറി. അവിടെ അവൻ ഉച്ച ത്തിൽ വാവിട്ടു കരഞ്ഞു. അവന്റെ തേങ്ങൽ മറ്റു മലകളിൽ ചെന്നിടിച്ച് അതിന്റെ പ്രതിധ്വനി ദിഗന്തങ്ങളെ വിറപ്പിച്ചു. പ്രണയത്തിന്റെ ദേവത വീനസ് അവനു മുന്നിൽ പ്രത്യക്ഷയായി. അവന്റെ ആവശ്യപ്രകാരം സിബില്ലയെ കാണാൻ സ്വർഗ്ഗത്തിലേക്ക് കൂട്ടിക്കൊണ്ടുപോയി. അന്നു മുതലാണ് റാക്കിയസിന്റെ പ്രണയസാഫല്യത്തിന്റെ പ്രതീകമായ മലയ്ക്ക് റാക്കോണ എന്ന പേര് വന്നത്.

കഥ പറഞ്ഞുതീർത്ത് സാൽവദോർ ഗാന്റിയൻ പെൺകൊടിയുടെ മുഖത്തേക്ക് നോക്കി. അവളുടെ കണ്ണുകൾക്ക് ഒരു പ്രത്യേക തിളക്കമു ണ്ടായത് അവൻ ശ്രദ്ധിച്ചു. അവൾ ഒന്നും പറയാതെ ഒരു സ്വപ്നത്തി ലെന്നപോലെ അഗസ്റ്റാനോയുടെ അടുത്തേക്ക് പോയി. അവിടെ അഗ സ്റ്റാനോ മറ്റൊരു കഥ പറയുകയായിരുന്നു. വിശുദ്ധ ഡൈൻവെന്നി ന്റെയും പള്ളിയുടെയും കഥ.

ഗാന്റിയൻ പെൺകുട്ടിയും അവന്റെ ശ്രോതാവായപ്പോൾ അഗസ്റ്റാ നോയുടെ ആത്മവീര്യം കൂടി. അവൻ കഥ പറഞ്ഞു തുടങ്ങി.

പ്രണയിനികളുടെ മദ്ധ്യസ്ഥയാണ് വിശുദ്ധ ഡൈൻവെൻ. അഞ്ചാം നൂറ്റാണ്ടിൽ വെയിൽസിൽ ഒരു പ്രഭുകുടുംബത്തിലാണ് അവൾ ജനി ച്ചത്. തന്റെ ഇരുപത്തിനാല് പെൺമക്കളിൽ സുന്ദരിയും വിനീതയുമായ ഡൈൻബെന്നിനെ അവളുടെ പിതാവ് കൂടുതൽ ഇഷ്ടപ്പെട്ടു. എന്നാൽ മറ്റൊരു പ്രഭുകുമാരനായ മിലനോടുള്ള അവളുടെ പ്രണയം പിതാവിൽ കോപം ജനിപ്പിച്ചു. തന്റെ കന്നി പ്രണയം പവിത്രമാണെന്ന് ഡൈൻവെൻ വിശ്വസിക്കുകയും പ്രാണപ്രിയനുവേണ്ടി സുഖസൗഭാഗ്യങ്ങൾ ഉപേക്ഷി ക്കുവാൻ തയ്യാറാകുകയും ചെയ്തു. പക്ഷേ, അവളുടെ പിതാവ് മറ്റൊരു വിവാഹം അവൾക്കായി ഉറപ്പിച്ചു. ഇതറിഞ്ഞ ക്രൂരനായ മിലൻ ഡൈൻവെന്നിന്റെ അനുവാദമില്ലാതെ അവളുടെ കന്യകാത്വം കവരു കയും പിന്നീട് അവളെ ഉപേക്ഷിക്കുകയും ചെയ്തു. മിലനെക്കുറിച്ചുള്ള ഓർമ്മകൾ അവളെ മാനസികമായി അലോസരപ്പെടുത്തികൊണ്ടിരിക്കു ന്നു. മിലനെ മറക്കാനവൾ ആഗ്രഹിച്ചു. ഒരു നാൾ ഒരു മാലാഖ അവ

ളുടെ മുന്നിൽ പ്രത്യക്ഷപ്പെടുകയും ഒരു ദിവ്യ പാനീയം നല്കുകയും ചെയ്തു. മിലനെക്കുറിച്ചുള്ള ഓർമ്മകൾ ദിവ്യപാനീയം കുടിച്ചാൽ അവളിൽനിന്ന് ഇല്ലാതാകുമെന്ന് മാലാഖ പറഞ്ഞു. ഡൈൻവെൻ പാനീയം കുടിച്ചു തീരും മുമ്പേ മിലൻ മഞ്ഞുകട്ടയായി മാറി. എന്നിട്ടും മിലന്റെ ഓർമ്മകൾ അവളിൽനിന്നും വിട്ടു പോയില്ല. അയാളുടെ അവസ്ഥ അവളിൽ കൂടുതൽ ദുഃഖമുണ്ടാക്കി. ഡൈൻവെന്നിന്റെ നിസ്വാർത്ഥ പ്രണയം സ്വർഗ്ഗകവാടങ്ങൾ കടന്ന് ദൈവസന്നിധിയിലെത്തി. ദൈവം അവൾക്കു മുന്നിൽ പ്രത്യക്ഷനായി. മിലനെ പഴയ രൂപത്തിലാകാൻ അനുഗ്രഹിച്ചു.

പ്രണയിനികൾക്ക് എല്ലാക്കാലത്തും മാതൃകയായ ഡൈൻവെന്നിനെയും ദൈവം അനുഗ്രഹിച്ചു. താൻ ഒരിക്കലും വിവാഹം കഴിക്കില്ലെന്നും ശിഷ്ടജീവിതം ദൈവിക വൃത്തിയിൽ ഏർപ്പെട്ട് കഷ്ടപ്പെടുന്നവർക്കും സ്നേഹം ലഭിക്കാത്തവർക്കുമിടയിൽ കഴിഞ്ഞുകൊള്ളാമെന്നും അവൾ ദൈവത്തിന് വാക്കു കൊടുത്തു.

പിന്നീട് വെയിൻസിലും ലോകത്തിന്റെ പലഭാഗത്തും സഞ്ചരിച്ച് അവിടെ പള്ളികൾ നിർമ്മിക്കുകയും പ്രണയിനികൾക്ക് സാന്ത്വനമാകുകയും ചെയ്തു. മരണശേഷം പ്രണയിനികളുടെ മദ്ധ്യസ്ഥയായി വിശുദ്ധഡൈൻവെൻ ഉയർത്തപ്പെട്ടു.

കഥ പറഞ്ഞു തീർന്നപ്പോൾ ഗാന്റിയൻ പെൺകുട്ടി അഗസ്റ്റാനോയോടു ചോദിച്ചു "അപ്പോൾ റാക്കോണയിലെ ഈ പള്ളി ഡൈൻവെൻ സ്ഥാപിച്ചതാണോ?"

ഗാന്റിയൻ പെൺകുട്ടിയെ രൂക്ഷമായി ഒന്നു നോക്കിയതിനുശേഷം അഗസ്റ്റാനോ സാൽവദോറിന്റെ അടുത്തു ചെന്നു.

"അല്ല, സാൽവദോർ ഈ പള്ളി പണി കഴിപ്പിച്ചത് ആരാണ്?"

"ഒക്ടേവിയസ് രാജാവ്." സാൽവദോർ മറുപടി പറഞ്ഞു.

അന്തരീക്ഷം ഇരുണ്ടു മൂടാൻ തുടങ്ങി. കിഴക്കൻ മലയിൽ സൂര്യൻ തന്റെ ശിരസ്സൊളിപ്പിക്കാൻ തുടങ്ങുന്നു. സാഞ്ചാരികൾക്കൊപ്പം അഗസ്റ്റാനോയും സാൽവദോറും മലയിറങ്ങി. പള്ളിയിൽ കത്തിച്ചു വച്ചിരിക്കുന്ന മെഴുകുതിരിക്കു മുൻപിൽ പള്ളി സൂക്ഷിപ്പുകാരൻ പയ്യൻ തനിച്ചായി.

മൂന്ന്

അടുത്ത ദിവസം പുലർച്ചെ തന്നെ സാൽവദോറും അഗസ്റ്റാനോയും സഞ്ചാരികൾക്കൊപ്പം റാക്കോണയുടെ മുകളിലെത്തി.

"ഇസബെല്ലാ, ഈ തൊപ്പി നിനക്കു നന്നായി ചേരുന്നു."

ഗാന്റിയൻ പെൺകുട്ടിയെ നോക്കി അഗസ്റ്റാനോ പറഞ്ഞു. ഇതിനിടയിൽ അഗസ്റ്റാനോ എപ്പോഴാണ് ഗാന്റിയൻ പെൺകുട്ടിയുടെ പേര് ചോദിച്ചതെന്നും പഠിച്ചതെന്നും സാൽവദോർ ആലോചിച്ചു. തലേ ദിവസം പറഞ്ഞ ഡൈൻവെന്നിന്റെ കഥ സാൽവദോർ സഞ്ചാരികളെ ഒന്നു കൂടി ഓർമ്മിപ്പിച്ചു. എന്നിട്ട് പള്ളിക്കു സമീപം ഡൈൻവെന്നിനോടുള്ള മദ്ധ്യസ്ഥ പ്രാർത്ഥന കൊത്തി വച്ചിരിക്കുന്ന ശിലയ്ക്കു സമീപത്തേക്ക് ചെന്നിട്ട് പറഞ്ഞു."

"ജനുവരി ഇരുപത്തിയഞ്ചാം തീയതിയാണ് വിശുദ്ധ ഡൈൻവെന്നിന്റെ തിരുനാൾ. ആ ദിവസം രാജ്യത്തിന് അകത്തുനിന്നും പുറത്തുനിന്നുമുള്ള യുവതീയുവാക്കൾ ഇവിടെയെത്തിച്ചേരും. ഈ ശിലാലിഖിതത്തിനു മുൻപിൽ മുട്ടുകുത്തി നിന്ന് ഈ പ്രാർത്ഥന ഉച്ചത്തിൽ ചൊല്ലും."

ഇസബെല്ല അതുറക്കെ വായിച്ചു.

"ചരാചരങ്ങളുടെ സൃഷ്ടാവേ, സ്നേഹത്തിന്റെ പര്യായമാണങ്ങ്. പ്രണയിനികളിൽ കൃപ ചൊരിയണേ, വിശുദ്ധ ഡൈൻവെന്നേ, പ്രണയിതാക്കളുടെ മദ്ധ്യസ്ഥേ, പ്രണയിക്കുന്ന ഹൃദയങ്ങൾക്ക് കൂട്ടായിരിക്കണേ, കനലെരിയുന്ന ഹൃദയങ്ങളിൽ കുളിർമഴയായി

വസന്തത്തിന്റെ വർണ്ണങ്ങളായി
ഇരുട്ടിനെ കീറിമുറിക്കുന്ന വെളിച്ചമായി
ഞങ്ങൾക്കു കൂട്ടായിരിക്കേണമേ

ആമേൻ"

സഞ്ചാരികളിൽ പലരും അതു പലയാവർത്തി മനസ്സിൽ വായിച്ചു. കൂട്ടത്തിൽ പ്രായമുള്ള ചില ആളുകളിൽ നഷ്ട പ്രണയത്തിന്റെ ഓർമ്മ കൾ പുണർന്നതു കൊണ്ടാവണം കണ്ണു നിറഞ്ഞത്. ഇസബെല്ലയുടെ മുഖത്തേക്ക് അഗസ്റ്റാനോ ഇമ ചിമ്മാതെ നോക്കുന്നത് സാൽവദോർ ശ്രദ്ധിച്ചു. പതിറ്റാണ്ടുകൾക്കു മുൻപ് കല്ലുകൊണ്ട് പണിത പള്ളി അവർ ചുറ്റി നടന്നു കണ്ടു. കാലമേല്പിച്ച മങ്ങലുകൾക്കപ്പുറം പള്ളി ദൃഢവും സുന്ദരവുമാണ്. അൾത്താരയിൽ ക്രൂശിത രൂപത്തിനടുത്ത് സഞ്ചാരികൾ വയ്ക്കുന്ന നേർച്ച കാഴ്ചകൾ ഉണ്ട്. പണ്ട് രാജകൊട്ടാരത്തിൽനിന്നും സമർപ്പിച്ച വിലകൂടിയ സമ്മാനങ്ങൾ അൾത്താരയിൽ ഉണ്ട്. സാൽവ ദോർ ഇതിനെപ്പറ്റിയൊക്കെ വാതോരാതെ സംസാരിച്ചുകൊണ്ടിരുന്നു. ഇസബെല്ലയും അഗസ്റ്റാനോയും കൂട്ടത്തിലില്ലെന്ന് അപ്പോഴാണ് സാൽവ ദോർ ശ്രദ്ധിച്ചത്. അവൻ പുറത്തേക്കിറങ്ങി. പള്ളി മേടയ്ക്കു സമീപം ഒരു ജക്കരന്തയുടെ ചുവട്ടിലെ തടി കൊണ്ടുള്ള ഇരിപ്പിടത്തിലിരുന്ന് രണ്ടു പേരും സംസാരിക്കുന്നു. സാൽവദോർ വീണ്ടും പള്ളിയിൽ കയറി. രാജ ഭരണകാലത്ത് പള്ളിയിൽ നിരവധി ജോലിക്കാരും നിത്യേന കുർബ്ബാ നയും മൂന്ന് പുരോഹിതന്മാരും എല്ലാം ഉണ്ടായിരുന്നു. പുരോഹിതൻ മാർക്കും വിശ്വാസികൾക്കും വേണ്ട എല്ലാ സൗകര്യങ്ങളും ചെയ്തു കൊടുക്കാൻ രാജകുടുംബം പ്രത്യേകം ശ്രദ്ധിച്ചിരുന്നു. ഇപ്പോൾ സഞ്ചാ രികൾക്കു വേണ്ടി മാത്രമുള്ള സൗകര്യങ്ങളാണ് ഭരണകൂടം ചെയ്യുന്ന ത്. പള്ളി സൂക്ഷിപ്പുകാരൻ പയ്യൻ മാത്രമാണവിടെയുള്ളത്. വർഷത്തി ലൊരിക്കൽ ഡൈൻവെന്നിന്റെ തിരുനാളിൽ മാത്രം സെന്റ് ഡൊമിനി ക്കൻ ദേവാലയത്തിലെ പുരോഹിതൻ വന്ന് ബലിയർപ്പിക്കും കൂടുതൽ ആളുകൾ പള്ളിയിൽ വരുന്നതുകൊണ്ടു മാത്രം കുറച്ചു പട്ടാളക്കാരെ ഭരണകൂടം അവിടെ നിയോഗിക്കും.

പണ്ട് പുരോഹിതന്മാർ ഉപയോഗിച്ചിരുന്ന വിശുദ്ധ വസ്തുക്കളും മറ്റും പള്ളിയിൽ സൂക്ഷിച്ചു വച്ചിട്ടുണ്ട്. സാൽവദോർ സഞ്ചാരികൾക്ക് അവയെല്ലാം കാണിച്ചുകൊടുത്തു. പുറത്ത് പുരോഹിതന്മാരുടെ കബ റിടങ്ങളിലേക്ക് പോകുമ്പോൾ അഗസ്റ്റാനോയും ഇസബെല്ലയും അവർക്കൊപ്പം ചേർന്നു. ചിലർ കബറിടത്തിനു മുൻപിൽ മുട്ടുകുത്തി നിന്നു പ്രാർത്ഥിച്ചു. അപ്പോഴും ഇസബെല്ലയും അഗസ്റ്റാനോയും മറ്റൊരു ലോകത്തായിരുന്നു.

ഉച്ചകഴിഞ്ഞപ്പോഴേക്കും തെക്കുനിന്നും തണുത്തകാറ്റ് വീശുവാൻ തുടങ്ങി. സഞ്ചാരികളിൽ പലരും ബാഗിൽനിന്നും കമ്പിളി വസ്ത്രങ്ങൾ എടുത്തണിഞ്ഞു.

ഇനി സാവധാനം മലയിറക്കം.

അടിവാരത്ത് എത്തുന്നതുവരെ ഇസബെല്ലയും അഗസ്റ്റാനോയും സഞ്ചാരികൾക്ക് ഏറ്റവും പുറകിലായി എന്തൊക്കെയോ സംസാരിച്ചു കൊണ്ട് നടന്നു. അടിവാരത്ത് സഞ്ചാരികൾക്ക് പോകാനായി കുതിരവ

ണ്ടികൾ തയ്യാറായി നില്ക്കുന്നുണ്ടായിരുന്നു. കൂട്ടത്തിൽ മുതിർന്നയാൾ സാൽവദോറിന്റെ കൈയിൽ പണവും കൊടുത്ത് മറ്റുള്ളവർക്കൊപ്പം കുതിരവണ്ടിയിൽ കയറി. വണ്ടി പതിയെ നീങ്ങി. കാഴ്ചയിൽനിന്നു മറയുന്നതുവരെ ഇസബെല്ല കൈകളുയർത്തി വീശിക്കൊണ്ടിരുന്നു.

തിരികെ ദൈവ മന്ദിരത്തിലേക്ക് നടക്കുമ്പോൾ സാൽവദോർ മൗനിയായ അഗസ്റ്റാനോയോട് ചോദിച്ചു.

"നിനക്കെന്തു പറ്റി?"

ചോദ്യം കേൾക്കാത്ത മട്ടിൽ അഗസ്റ്റാനോ പറഞ്ഞു.

"നമുക്കിങ്ങനെ ജീവിച്ചാൽ മതിയോ സാൽവദോർ"

"നീ എന്താണ് ഉദ്ദേശിക്കുന്നത്"

"സാൽവദോർ, നിന്റെ ചിന്തകളിൽ എപ്പോഴും ദൈവമന്ദിരമാണ്. പൊട്ടിപ്പൊളിഞ്ഞ അതിന്റെ മുറികളിൽ ബന്ധിതമാണ് നിന്റെ സ്വപ്നങ്ങൾ, അവിടുത്തെ ഇരുമ്പുകട്ടിലിന്റെ തുരുമ്പു പിടിച്ച കാലുകളിൽ തളച്ചിടപ്പെട്ടിരിക്കുകയാണ് നിന്റെ ഭാവിയും."

സാൽവദോർ അഗസ്റ്റാനോയുടെ മുഖത്തേക്ക് ആകാംക്ഷയോടെ നോക്കി. അവൻ തുടർന്നു.

"ഉപേക്ഷിക്കപ്പെട്ടവരാണ് നമ്മൾ. ഭാരമാണെന്ന് തോന്നിയപ്പോൾ പ്രിയപ്പെട്ടവരാൽ, എന്നു പറയാൻ പറ്റില്ല പ്രീയപ്പെട്ടവരാകേണ്ടവരാൽ വലിച്ചെറിയപ്പെട്ട ജീവിതങ്ങൾ. രക്തബന്ധത്തിന്റെ ബന്ധനങ്ങൾ പാരിലില്ലാത്തവർ. അനാഥർ, കാർണോവിയയിലെ തെരുവ് ബാലന്മാർ, നാം കാണേണ്ട സ്വപ്നങ്ങൾക്ക് പരിമിതികൾ ഉണ്ടാവാം അല്ലേ സാൽവദോർ."

സാൽവദോർ ഒന്നും മിണ്ടിയില്ല.

"സാൽവദോർ, എന്നെക്കാളും സുന്ദരനും ബുദ്ധിമാനും ആണ് നീ. ഒരുപക്ഷേ, നീ നമ്മുടെ പരിമിതികൾ തിരിച്ചറിയുന്നതുകൊണ്ടാവണം വലിയ സ്വപ്നങ്ങൾ കാണാത്തത്. എനിക്കങ്ങനെയാവാൻ പറ്റില്ല. ദൈവമന്ദിരത്തിന്റെ മതിലുകൾ കടന്ന് ജീവിതങ്ങൾ കാണുവാൻ തുടങ്ങിയപ്പോൾ തന്നെ എന്റെ ആഗ്രഹങ്ങൾക്കും പുതിയ നിറങ്ങൾ ഞാൻ നല്കി. കൈ നിറയെ പണം വേണം. സമൂഹത്തിൽ മാന്യത വേണം, വലിയ വീട് വേണം, വേലക്കാർ വേണം, പിന്നെ ലോകത്തെന്തൊക്കെ സൗഭാഗ്യങ്ങളുണ്ടോ അവയൊക്കെയും."

സാൽവദോർ ഒന്നു പുഞ്ചിരിച്ചു. അഗസ്റ്റാനോ അവന്റെ ആഗ്രഹങ്ങളുടെ കവാടം തുറന്നു.

"കാർണോവിയ മേയറുടെ വാഹനം എത്ര തവണ നോക്കി നിന്നു ഞാൻ കൊതിച്ചിട്ടുണ്ടെന്നറിയാമോ? അതുപോലൊരു വാഹനത്തിൽ സഞ്ചരിക്കുന്നതായുള്ള സ്വപ്നങ്ങൾ എത്രയാവർത്തി കണ്ടിട്ടുണ്ടെന്നറിയാമോ."

"നിനക്കിതെന്തു പറ്റി" സാൽവദോർ ചോദിച്ചു.

"സഞ്ചാരികളുടെ കൂട്ടത്തിലുണ്ടായിരുന്ന ഇസബെല്ലയെ നീ ശ്രദ്ധി

ച്ചിരുന്നോ സാൽവദോർ."

"ആ ഗാന്റിയക്കാരി പെൺകുട്ടിയെ അല്ലേ. അവളെ ഞാൻ ശ്രദ്ധി ച്ചിരുന്നു. നിന്നെയും."

"എന്റെ ജീവിതത്തിലെ വഴിത്തിരിവാകാൻ പോകുന്നവളാണവൾ."

"എനിക്കു മനസ്സിലായില്ല."

"ഞങ്ങൾ ഇന്ന് സംസാരിച്ചത് ഹൃദയം കൊണ്ടാണ്. എന്റെ ചിന്ത കളോട് കൂടുതൽ അടുത്തു നില്ക്കുന്നവളാണ് അവൾ."

സാൽവദോർ ഇടയ്ക്കുകയറി.

"എനിക്കെന്തോ അവളെ അത്ര ഇഷ്ടപ്പെട്ടില്ല. നീ ആലോചിച്ചേ ഒരൂ തീരുമാനമെടുക്കാവൂ അഗസ്റ്റാനോ."

പെട്ടെന്നാണ് അഗസ്റ്റാനോയുടെ മുഖം ചുവന്നത്.

"നിനക്കല്ലെങ്കിലും ഇതൊന്നും ഇഷ്ടപ്പെടില്ല സാൽവദോർ. ആ തെരുവു ഗായകൻ തോബിയാസിന്റെ മകൾ അമേലിയയോടൊപ്പം തെരു വിൽത്തന്നെ എരിഞ്ഞടങ്ങാനാണ് നിന്റെ വിധി."

ഇത്രയും പറഞ്ഞ് വളരെ വേഗത്തിൽ അഗസ്റ്റാനോ മുൻപോട്ടു നടന്നു. അവൻ അങ്ങനാണ്. ഒരു നിസ്സാര കാര്യം മതി പിണങ്ങാൻ. സാൽവദോർ സാവധാനം അവനെ പിന്തുടർന്ന് നടന്നു.

നാല്

ആദ്യത്തെ കുർബ്ബാന കഴിഞ്ഞ സമയത്താണ് സാൽവദോർ സെന്റ് ഡൊമനിക്കൻ ദേവാലയത്തിന്റെ മുറ്റത്തെത്തിയത്. ആളുകൾ വളരെ കുറവായിരുന്നു. ഏറ്റവും പുറകിലായി അമേലിയ വരുന്നത് ദൂരെ നിന്നു തന്നെ അവൻ കണ്ടിരുന്നു. ഒരു ജക്കരന്തയുടെ ചുവട്ടിലെ ഇരിപ്പിടത്തിൽ അവൻ ഇരുന്നു. കുറച്ചു കഴിഞ്ഞപ്പോൾ അമേലിയ അവന്റെ അടുത്തെത്തി.

"എവിടെ ഡാനി..." അമേലിയ ചോദിച്ചു.

"അവൻ അഗസ്റ്റാനോയോടൊപ്പം പോയിരിക്കുകയാണ്....അവന്റെ പ്രണയിനിയെ കാണാൻ." അവൻ പറഞ്ഞു. ഒരു പൊട്ടിച്ചിരിയായിരുന്നു തിരിച്ചുള്ള പ്രതികരണം.

"പ്രണയമോ അഗസ്റ്റാനോക്കോ... വെറുതെ കളവു പറയരുത് സാൽവദോർ........ ജക്കരന്തകളുടെ ഭംഗി ആസ്വദിക്കാത്ത ഒരേയൊരു കാർണോവിയനാണ് അഗസ്റ്റാനോ.. ഒരു ജക്കരന്ത പോലും നട്ടു വളർത്താത്തവൻ. എന്റെ പിതാവിന്റെ ഗിറ്റാറിൽ വിരിയുന്ന സുന്ദര സംഗീതം അസ്വസ്ഥതയായി കരുതുന്നവൻ, ഈ വയലറ്റ് പരവതാനിയിൽ കിടന്ന് സ്വപ്നം കാണാത്തവൻ, നമ്മൾ പ്രണയഭ്രാന്ത് പിടിച്ചവരെന്നും ചങ്ങലയ്ക്കിടേണ്ടവരെന്നും പറയുന്നവൻ, അഗസ്റ്റാനോക്ക് പ്രണയമോ. കള്ളം... കള്ളം പറയരുത്."

"കള്ളമല്ല അമേലിയ, സത്യം.... പരമസത്യം. അവനും പ്രണയിക്കുന്നു. റാക്കോണയിൽ വീശാറുള്ള തണുത്ത കാറ്റ് ചെവിയിൽ അലോസരമുണ്ടാക്കുന്നുവെന്നു പറഞ്ഞിരുന്ന അവൻ കഴിഞ്ഞ ദിവസം പറഞ്ഞതെന്താണെന്നു കേൾക്കണോ.... അതിൽ ഒരു പ്രണയ സംഗീതമുണ്ടെന്ന്, അത് ഹൃദയ ധമനികളിൽ ലഹരി നിറയ്ക്കുന്നുവെന്ന്."

"ഇതെന്തായാലും ഒരു സവിശേഷ വാർത്ത തന്നെ." അമേലിയ പറഞ്ഞു. സാൽവദോർ തുടർന്നു.

"ഇവിടെ ആർക്കാണ് പ്രണയിക്കാതിരിക്കാൻ കഴിയുക. കാർണോവിയയിൽ എല്ലാം പ്രണയമാണ്. ഇവിടുത്തെ ചരിത്രം പ്രണയമാണ്., ആളുകളിൽ പ്രണയമുണ്ട്, വിശ്വാസങ്ങളിൽ പ്രണയമുണ്ട്, ഇവിടുത്തെ പുഴകളുടെ സംഗീതം പ്രണയമാണ്. കിളികളുടെ കളകളാരവം പ്രണയമാണ്. മഴ പ്രണയമാണ്. എന്തിന് ഇവിടുത്തെ കാറ്റിൽ പോലും പ്രണയമുണ്ട്. ജക്കരന്തകൾ പൂക്കുന്ന ഈ മനോഹര വസന്തത്തിൽ പ്രണയിക്കാത്തവർ കർണോവിയക്കാരാണോ. ഒന്നുമല്ലെങ്കിലും ഒക്ടേവിയസിന്റെ, അല്ല പ്രണയത്തിന്റെ രാജകുമാരന്റെ പ്രജകളല്ലേ നാം."

പതിറ്റാണ്ടുകൾക്കു മുമ്പ് കർണോവിയ ഭരിച്ചിരുന്ന രാജാവാണ് ഒക്ടേവിയസ്. ഒരു പുത്രനുവേണ്ടി കൊതിച്ച ലിയോലിനസ് രാജാവിന് ഏഴു പുത്രിമാർക്കുശേഷം ജനിച്ച എട്ടാമനായ പുത്രൻ ഒക്ടേവിയസ്. സംഗീതവും നൃത്തവുമെല്ലാമായി കൊട്ടാരം സ്വർഗ്ഗതുല്യനാക്കിയവൻ. ലിയോലിനസ് രാജാവിന്റെ കാലശേഷം ഒക്ടേവിയസ് അധികാരമേല്ക്കുമ്പോൾ അദ്ദേഹത്തിന് ഇരുപത് വയസ്സ്. അദ്ദേഹത്തിന്റെ ഭരണത്തിൽ കലാകാരന്മാർക്കും ഗായകർക്കുമെല്ലാം സവിശേഷ പ്രാധാന്യം ഉണ്ടായിരുന്നു. ഗായികയായ കാതറൈൻ അദ്ദേഹത്തിന്റെ ജീവിതത്തിലേക്കു കടന്നു വന്നത് യാദൃച്ഛികമായിട്ടായിരുന്നു. രാജ്യം കണ്ട ഏറ്റവും ആർഭാടപൂർണ്ണമായിട്ടുള്ള വിവാഹവും അവരുടേതായിരുന്നു. ഒക്ടേവിയസിന്റേയും കാതറൈന്റേയും പ്രണയവും ജീവിതവും അന്നും ഇന്നും കാർണോവിയക്കാർക്ക് വാർത്തയാണ്, ജീവിതത്തിന്റെ ഭാഗമാണ്. ചുവന്ന കുപ്പായമിട്ട പടയാളികളുടെ അകമ്പടിയിൽ വെളുത്ത കുതിരകളെ കെട്ടിയ വണ്ടിയിൽ ഞായറാഴ്ചതോറുമുള്ള ഇരുവരുടേയും പള്ളിയിലേക്കുള്ള യാത്ര കാർണോവിയയുടെ കൽവഴികളെപ്പോലും പുളകം കൊള്ളിച്ചിരുന്നു.

വാക്കുകളെ കാവ്യ വിസ്മയങ്ങളാക്കുന്ന തന്റെ പ്രിയ സുഹൃത്തും കവിയുമായ ഡാനിയേലസിനോട് ഒരു പ്രണയ കവിതയെഴുതുവാൻ ഒരിക്കൽ ഒക്ടേവിയസ് ആവശ്യപ്പെട്ടു. നിദ്രാരഹിതമായ ഇരവുകളെ സാക്ഷിയാക്കി ഡാനിയേലസിന്റെ തൂലികയിൽ ഒരു പ്രണയ കവിത വിരിഞ്ഞു.

"എന്റെ ഇടനെഞ്ചിലേക്കു നീ തലചായ്ച്ചിടൂ
ഹൃദയതാളം മെല്ലെ ചെവിയോർത്തിടൂ
ഓരോ തുടിപ്പിലും കേൾപ്പീലെയോ നിന്റെ
മധുരനാമം പ്രിയേ ഹൃദയരാഗം
പ്രിയതമേ എന്റെ സിരകളിൽ നീ തീർത്ത
പ്രണയത്തിൻ ലഹരിയൊഴുകുന്നു.
തരള ഹൃദയത്തിന്റെ ചുമരിലോ നിന്നെ ഞാൻ

മധുരമാം കവിതയാക്കുന്നു.
പുഴയുടെയൊഴുക്കും മഴമർമ്മരങ്ങളും
മധുരസംഗീതമാകുന്നു.
നിൻ പ്രണയരാജിയിൽ പൂങ്കാറ്റുപോലും
ദേവഗീതങ്ങളാകുന്നു.
മാരിവിൽ തീർക്കുന്ന വർണ്ണോത്സവങ്ങളോ
നിൻമിഴികളായി മാറുന്നു.
ഈ നിലാപ്പൂക്കൾ തൻ തേൻമുത്തുകൾ
നിൻ അധരങ്ങളായി ഞാൻ കാൺമൂ
നിന്നെക്കുറിച്ചുള്ള ഓർമ്മകൾ ഹൃത്തിലോ
ആർദ്രനീഹരമായ് പെയ്തു
ജീവനായ് ജീവിത പന്ഥാവിൽ വന്നെത്തി
ആത്മഹർഷങ്ങളായ് നില്പൂ
എന്റെ ഇടനെഞ്ചിലേക്കു നീ തലചായ്ച്ചിടൂ
ഹൃദയതാളം മെല്ലെ ചെവിയോർത്തിടൂ"

ഈ പ്രണയ കവിത കാതറൈന്റെ മധുര ശബ്ദത്തിലാണ് രാജാവ് ആദ്യം കേട്ടത്. ഹൃദയത്തിന്റെ മൃദുലതലങ്ങളെ അലിയിക്കുന്ന സംഗീതത്തിൽ കൊട്ടാരത്തിലെ മാർബിൾ തൂണുകൾ അതേറ്റുപാടി.... പിന്നീട് അധരങ്ങളിൽനിന്ന് അധരങ്ങളിലേക്ക്..... കാർണോവിയയിലെ ജനങ്ങൾ അതേറ്റുപാടി. പ്രായം ചെന്നവർ അതേറ്റുപാടിയപ്പോൾ നഷ്ടപ്രണയത്തെപ്പറ്റിയോർത്തിരിക്കണം. എങ്കിലും അതവരിൽ പുതിയ പ്രസരിപ്പുണ്ടാക്കി. പ്രണയിനികൾ പരസ്പരം ഇടനെഞ്ചിൽ തലചായ്ച്ച് ഹൃദയതാളം ശ്രവിച്ചു. അതിൽ തന്റെ മധുരനാമമുണ്ടെന്ന് തിരിച്ചറിഞ്ഞു. ഏകാന്തതകളിൽ പുരോഹിതർ പോലും ഈ കവിത പാടിയിരിക്കണം. ക്വയർ സംഘത്തിലെ കുട്ടികൾ പള്ളിമുറ്റത്തെ കാറ്റാടി മരത്തിന്റെ ചുവട്ടിലിരുന്ന് ഇതു പാടിയപ്പോൾ ഇവിടെ ദേവഗീതങ്ങളെ ആലപിക്കാവൂ എന്ന് പുരോഹിതർ പറഞ്ഞതുമില്ല.

പിന്നീടുള്ള വസന്തങ്ങളിൽ കുയിലുകൾ ആ കവിതയാണ് പാടിയത്. ശിശിരത്തിൽ തെക്കൻ കാറ്റ് അതേറ്റുപാടി. ആ താളത്തിൽ മരങ്ങൾ പെയ്തു. വർഷകാലത്ത് ആ താളത്തിൽ തന്നെ മഴയും പെയ്തു. കാർണോവിയയിലൂടെ ഒഴുകുന്ന സൈഗ ഒഴുക്കിന്റെ താളം ആ കവിതയാക്കി. ആ താളം സൈഗ തന്നെ ദേശാന്തരങ്ങളിലേക്ക് കൈമാറി.

ദശാബ്ദങ്ങൾക്കിപ്പുറം ആ കവിത ഇപ്പോഴും കാർണോവിയയുടെ ഹൃദയത്തുടിപ്പാണ്.

ഒരുദിവസം ഒക്ടേവിയസ് ഒരു നീണ്ട യാത്ര നടത്തുവാൻ തീരുമാനിച്ചു. മാസങ്ങൾ നീളുന്ന ഒരു യാത്ര-കടൽ യാത്ര. സർവ്വ സൗകര്യങ്ങളോടും സഹായികളോടുംകൂടി കപ്പൽ തയ്യാറായി. പ്രിയതമയേയും കൂടെക്കൂട്ടുവാൻ ആഗ്രഹിച്ചെങ്കിലും കടൽ യാത്ര ഭയപ്പെട്ടിരുന്ന കാതറൈൻ

അതിൽനിന്നു പിന്മാറുകയും പ്രിയതമനെ സ്നേഹപൂർവ്വം യാത്രയാക്കുകയും ചെയ്തു. പലദേശങ്ങളിലൂടെ, പല സംസ്കാരങ്ങളിലൂടെ ഒക്ടേവിയസ് സഞ്ചരിച്ചു. യാത്രയിൽ പലതും പ്രിയതമയ്ക്കുവേണ്ടി വാങ്ങിക്കൂട്ടി. ദിവസങ്ങൾ ചെല്ലുംതോറും കപ്പൽ കാതറൈനു വേണ്ടിയുള്ള സമ്മാനങ്ങൾ കൊണ്ടു നിറഞ്ഞു.

യാത്ര..... രണ്ടുമാസം നീണ്ട ഇടവേളകളില്ലാത്ത യാത്ര കഴിഞ്ഞെത്തുമ്പോൾ ഹൃദയം തകരുന്ന ഒരു വാർത്തയാണ് ഒക്ടേവിയസിനെ കാത്തിരുന്നത്. നിറയെ സമ്മാനങ്ങളുമായി ഉരു നങ്കൂരമിട്ടത് ആർക്കുവേണ്ടിയാണോ അത് സ്വീകരിക്കാൻ അവളില്ല. ഒരു തലവേദനയിൽ തുടങ്ങി ദേഹമാകെ വ്യാപിച്ച് വേദനയിൽ കാതറൈന്റെ ശരീരം തപിച്ചു. ആ താപം കരിങ്കൽച്ചൂളകളിൽനിന്നുള്ള തീക്ഷ്ണതാപത്തെപ്പോലും ഒന്നുമല്ലാതാക്കുന്നതായിരുന്നു. കാതറൈൻ വേദനകൊണ്ട് പിടഞ്ഞു. ഭിഷഗ്വരന്മാർ കാഴ്ചക്കാർ മാത്രമായി. ഒരു നാടുമുഴുവൻ പ്രാർത്ഥനയിലാണ്ടു. പള്ളികളിൽ പ്രത്യേക പ്രാർത്ഥനകൾ നടന്നു. ചിലത് രാത്രിവരെ നീണ്ടു. മരുന്നുകളും ഭിഷഗ്വരന്മാരും പ്രാർത്ഥനകളും മാത്രമല്ല, അവസാനം ഒരു രാജ്യം മുഴുവൻ പരാജയപ്പെട്ടു. പ്രിയതമനെ ഒരു നോക്കു കാണുവാനുള്ള കൊതി ബാക്കിയാക്കി കാതറൈൻ ഓർമ്മയായി. സൈഗ ഒഴുകിയത് ഏതോ വിലാപഗാനം പാടിക്കൊണ്ടായിരുന്നു. ഏതോ അജ്ഞാത സ്ഥലത്ത് തെക്കൻ കാറ്റ് ഒളിച്ചു.... രാത്രികൾ കൂമന്മാരുടെ മാത്രം സ്വന്തമായി. കാതറൈൻ നീറുന്ന ഓർമ്മയായി. ഒക്ടേവിയസ് വരുമ്പോൾ ഇതെങ്ങനെ പറയും എന്ന ചിന്ത കൊട്ടാരത്തിൽ ഒരു തേങ്ങലായി.

തിരികെ വന്നപ്പോൾ വസന്തമായിട്ടും കുയിലുകൾ പാടാതിരുന്നത് ഒക്ടേവിയസ് ശ്രദ്ധിച്ചു.. ശിശിരമല്ലാതിരുന്നിട്ടുകൂടി മരങ്ങൾ കണ്ണീരിലകൾ പൊഴിച്ചു. സൈഗ അപരിചിതയെപ്പോലെ ഒഴുകുന്നതയാൾ ശ്രദ്ധിച്ചു. സൂചനകളിൽ എല്ലാം അയാൾ മനസ്സിലാക്കിയിരുന്നു. കൊട്ടാരത്തിലെ ആഴമേറിയ നിശ്ശബ്ദത അയാളെ കരയിച്ചില്ല. ബോധതലങ്ങൾ സൃഷ്ടിക്കുന്ന വികാരവിക്ഷുബ്ധതകൾക്കപ്പുറത്തുള്ള ഏതോ മാനസിക നിലയിൽ അയാൾ അഭയം പ്രാപിച്ചിരുന്നു.

“എന്നെയീ മഹാ ദുരന്തത്തിൽനിന്നു രക്ഷിച്ചിരുന്നുവെങ്കിൽ ഈ രാജ്യം പോലും നിങ്ങളുടെ കാല്ക്കൽ വയ്ക്കുമായിരുന്നു ഞാൻ.”

അയാൾ ഭിഷഗ്വരരോടു പറഞ്ഞു. അവർ തലകുനിച്ചു. ചിലർ കണ്ണീർ പൊഴിച്ചു.

ബോധത്തെ വികാരങ്ങൾ നയിക്കുന്ന ഏതോ നിമിഷത്തിൽ ഒക്ടേവിയസ് റാക്കോണ മലമുകളിലേക്ക് ഒരു ഭ്രാന്തനെപ്പോലെ ഓടിക്കയറി. അവിടെ അയാൾ പൊട്ടിക്കരഞ്ഞു. ആട്ടിടയന്റെ തേങ്ങലുകളേക്കാൾ വേദനാജനകമായിരുന്നു അത്. ആ ശബ്ദം മറ്റുമലമുകളിൽ ചെന്നു തട്ടി. അവയും കൂടെക്കരഞ്ഞു. പക്ഷേ, ഒരു പ്രണയ ദേവതയും പ്രത്യക്ഷപ്പെട്ടില്ല. സ്വർഗ്ഗ വാതായനങ്ങൾ തുറന്നില്ല. ഒക്ടേവിയസിന്റെ കണ്ണുനീർ

റാക്കോണയിൽ നിന്നുള്ള അരുവിയോടൊപ്പം ലയിച്ചുചേർന്ന് താഴേക്കൊഴുകി.

കൊട്ടാരത്തിൽ തിരികെയെത്തിയ ഒക്ടേവിയസ് ആദ്യം ചെയ്തത് കപ്പലിൽനിന്ന് സമ്മാനങ്ങൾ കൊട്ടാരത്തിലെത്തിക്കുക എന്നതായിരുന്നു. യാത്രയിൽ ഒക്ടേവിയസിനെ ഏറ്റവും കൂടുതൽ സ്വാധീനിച്ചത് മെൽബണായിരുന്നു. മെൽബണിലെ വഴിയോരങ്ങളിൽ കണ്ട വയലറ്റ് പൂക്കളുള്ള ഒരുതരം മരമാണ് മെൽബണിനെ സ്വപ്ന സുന്ദരിയാക്കി മാറ്റുന്നത്.

ഒക്ടേവിയസ് അത്തരത്തിലൊരു മരം ആദ്യമായി അവിടെയാണ് കാണുന്നത്. കാർണോവിയയിലോ, ഗാന്റിയയിലോ സഞ്ചരിച്ച പ്രദേശങ്ങളിൽ ഒന്നും അയാൾ അതുപോലൊന്ന് കണ്ടിട്ടില്ല. പൂർവ്വികർ പറഞ്ഞതായിപ്പോലും ഓർക്കുന്നില്ല. പേര് അയാൾ ഒന്നുകൂടി മനസ്സിലുറപ്പിച്ചു. ജക്കരന്ത. നാട്ടിലേക്കു തിരിക്കുമ്പോൾ ജക്കരന്തയുടെ ഒരു തൈ അയാൾ കൊണ്ടുവരാൻ മറന്നില്ല. വന്നപ്പോഴാകട്ടെ ജക്കരന്ത വിശേഷങ്ങൾ കേൾക്കാൻ കാതറൈൻ ഇല്ലെന്ന കാര്യം അയാളെ കൂടുതൽ അസ്വസ്ഥനാക്കി. ആ തൈയുമായി സെന്റ് പീറ്റേഴ്സ് ദേവാലയത്തിൽ കാതറൈൻ അന്ത്യവിശ്രമംകൊള്ളുന്ന കബറിടത്തിങ്കൽ ചെന്നു. അവിടെ ഒരു ചെറിയ കുഴിയെടുത്തു. ആ ജക്കരന്ത തൈ നട്ടു. കവിളുകളിലൂടെ ഒലിച്ചിറങ്ങിയ കണ്ണുനീർ കാർണോവിയയിലെ ആദ്യ ജക്കരന്തയ്ക്കുള്ള ജീവന്റെ തുടിപ്പിനുള്ള നനവായി.

പിന്നീടൊരിക്കൽക്കൂടി ഒക്ടേവിയസ് മെൽബണിലേക്കുപോയി. പരമാവധി ജക്കരന്തയുടെ തൈകളും വിത്തുകളും ശേഖരിച്ചു. വെയിൽസിൽ ചെന്ന് വിശുദ്ധ ഡൈൻവെന്നിന്റെ ദേവാലയം കണ്ടു. തിരികെയെത്തുമ്പോൾ അയാൾ കുറെ കാര്യങ്ങൾ തീരുമാനിച്ചുറപ്പിച്ചിരുന്നു.

കാർണോവിയയുടെ വഴിയോരങ്ങളിലും കൊട്ടാരത്തിന്റെ മുറ്റത്തും വീടുകളുടെയും കാര്യാലയങ്ങളുടെയും മുറ്റത്തും അങ്ങനെ എല്ലാ മുക്കിലും മൂലയിലും അയാൾ സഹായികളുടേയും നാട്ടുകാരുടേയും സഹായത്തോടെ ജക്കരന്തകൾ നട്ടു. പ്രണയിനികൾ ഒരുമിച്ചു ചേർന്ന് ജക്കരത്ത നട്ടു. അവ ശുശ്രൂഷിച്ചു പരിപാലിക്കാൻ പ്രജകൾക്ക് പ്രത്യേക നിർദ്ദേശം നല്കി.

രണ്ടാമതായി ഒക്ടേവിയസ് ചെയ്തത് റാക്കോണയ്ക്കു മുകളിൽ വി. ഡൈൻവെന്നിന്റെ ഒരു പള്ളി പണികഴിപ്പിക്കലായിരുന്നു. വെയിൽസിലെ പള്ളിയുടെ മാതൃകയിൽ അവിടെ വിശുദ്ധയോടുള്ള മദ്ധ്യസ്ഥ പ്രാർത്ഥന ശിലയിൽ കൊത്തിവച്ചു. എല്ലാ ജനുവരി ഇരുപത്തിയഞ്ചും വിശുദ്ധയുടെ തിരുനാൾ എല്ലാ ചിട്ടവട്ടങ്ങളോടെയും ആചരിച്ചു.

പിന്നീടേതോ ഒരു വസന്തത്തിൽ ജക്കരന്തകൾ ഒരുമിച്ചു പൂത്തു. കുയിലുകൾ ഡാനിയേലസിന്റെ കവിത പാടി. സൈഗ അതിന്റെ താളത്തിലൊഴുകി. തെക്കൻ കാറ്റ് ജക്കരന്തകളെ തലോടി പൂമഴ പെയ്യിച്ചു. കൂമന്മാരെ ആ നാട്ടിൽ പിന്നീട് കണ്ടിട്ടില്ല. പ്രണയത്തിനായി ജീവിതം

നയിച്ച ആ രാജാവ് ഇപ്പോഴും കാർണോവിയക്കാരുടെ ഹൃദയത്തിൽ ജീവിക്കുന്നു, ദശാബ്ദങ്ങൾ കഴിഞ്ഞിട്ടും.

സാൽവദോർ കഥ പറഞ്ഞു തീർന്നപ്പോഴേക്കും അമേലിയ ആ പ്രണയ കവിത പാടാൻ തുടങ്ങിയിരുന്നു.

'എന്റെ ഇടനെഞ്ചിലേക്കു നീ തലചായ്ച്ചിടൂ...........

ഹൃദയതാളം മെല്ലെ ചെവിയോർത്തിടൂ...'

രണ്ടുവരി പാടി നിർത്തിയതിനുശേഷം അവൾ പറഞ്ഞു.

"അപ്പൻ പറഞ്ഞ് എത്ര തവണ ഞാനീ കഥ കേട്ടിട്ടുണ്ട്. എങ്കിലും നീ പറയുമ്പോൾ അതിന്റെ സുഖം വേറെ തന്നെയാണ് സാൽവദോർ."

"നിന്റെ അപ്പൻ അദ്ദേഹത്തിന്റെ ഗിത്താറിൽ ഈ കവിത പാടുന്നതുപോലെ ആരും ഇതു പാടില്ല അമേലിയ." സാൽവദോർ പറഞ്ഞു.

പിന്നീട് രണ്ടുപേരും ഈ കവിതയും പാടി ജക്കരന്തകൾക്കിടയിലൂടെ നടന്നു. ജക്കരന്തകൾ പെയ്തുകൊണ്ടിരുന്നു.

അഞ്ച്

സാൽവദോർ ദൈവമന്ദിരത്തിലെത്തുമ്പോൾ നേരമേറെ വൈകിയിരുന്നു. മുതിർന്നവരായതുകൊണ്ട് പുരോഹിതൻ പ്രത്യേക ചോദ്യം ചെയ്യലൊന്നും നടത്തിയില്ല. എവിടെപ്പോയെന്നോ എന്തിനു പോയെന്നോ ചോദിക്കില്ല. മാത്രമല്ല, ദൈവമന്ദിരത്തിലെ മറ്റു കുരുന്നുകൾക്ക് ഭക്ഷണവും വസ്ത്രവും എല്ലാം ഈ യുവാക്കളുടെ വരുമാനത്തിൽ നിന്നായതുകൊണ്ട് അവരോട് പുരോഹിതന് പ്രത്യേക സ്നേഹവുമുണ്ടായിരുന്നു. മാത്രമല്ല, ദൈവമന്ദിരത്തോടു വിട പറഞ്ഞ് പുതിയൊരു ജീവിതം കെട്ടിപ്പടുക്കേണ്ട സമയവുമായി. ഇനിയുള്ള കാര്യങ്ങൾ ദൈവമന്ദിരത്തിലെ പറക്കമുറ്റിയ മറ്റു മുതിർന്ന കുട്ടികൾ ചെയ്തോളും.

അഗസ്റ്റാനോ എത്തിയിരിക്കുമെന്നാണ് സാൽവദോർ കരുതിയിരുന്നത്. പക്ഷേ, മുറ്റത്ത് ഡാനിയെ കാണാതിരുന്നതിൽനിന്നും അഗസ്റ്റാനോ എത്തിയിട്ടില്ലെന്ന് അവന് മനസ്സിലായി. അവൻ കുറേ നേരം ഗേറ്റിനു മുൻപിൽ അഗസ്റ്റാനോക്കായി കാത്തുനിന്നു. പക്ഷേ, മണിക്കൂറുകൾ കഴിഞ്ഞിട്ടും അവൻ എത്തിയില്ല. കുറേനേരം നിന്നു മുഷിഞ്ഞപ്പോൾ സാൽവദോർ മുറിയിലേക്കുപോയി. അവിടെ തന്റെ കട്ടിലിൽ മലർന്നു കിടന്നു. കട്ടിലിന്റെ ഇളകുന്ന ശബ്ദം അവനെ കൂടുതൽ അസ്വസ്ഥനാക്കി. തൊട്ടപ്പുറത്ത് അഗസ്റ്റാനോയുടെ കട്ടിലിലേക്ക് അവന്റെ കണ്ണുകൾ ചലിച്ചു.

താനാണോ അഗസ്റ്റാനോയാണോ ആദ്യം ദൈവമന്ദിരത്തിലെത്തിലെത്തിയതെന്ന് സാൽവദോറിനറിയില്ല. പക്ഷേ, ഒന്നറിയാം. ദൈവമന്ദിരത്തെക്കുറിച്ചുള്ള എല്ലാ ഓർമ്മകളിലും അഗസ്റ്റാനോയുണ്ട്. കൈക്കുഞ്ഞുങ്ങളായിരിക്കുമ്പോഴാണ് രണ്ടുപേരും ദൈവമന്ദിരത്തിലെത്തുന്നത്. ടെർനിസിൽനിന്നുള്ള ഏതോ ഒരു പുരോഹിതനാണ് സാൽവദോറിനെ

ഇവിടെയെത്തിച്ചതെന്നാണ് പറഞ്ഞുകേൾക്കുന്നത്. ഏതോ അവിഹിത ഗർഭത്തിന്റെ ഫലമാണ് താനെന്നും മാനം കാക്കാൻ തന്റെ മാതാവ് പുരോഹിതന്റെ കൈയിൽ തന്നെ കൊടുത്തുവിട്ടതാവാം എന്നുമൊക്കെയാണ് സാൽവദോറിന്റെ അനുമാനം. ടെർനിസിൽച്ചെന്ന് തന്റെ മാതാപിതാക്കളെ കണ്ടെത്തണമെന്ന് പലപ്പോഴും സാൽവദോർ പറയും. എന്നിട്ട് അവസാനം ഇതുകൂടി കൂട്ടിച്ചേർക്കും. 'എന്നെ വേണ്ടാത്തവരെ എനിക്കെന്തിനാണ്. ആ പുരോഹിതനും തന്റെ മാതാവും പിതാവും എല്ലാം സുഖമായിരിക്കട്ടെ. ആമേൻ.' ഇതു പറഞ്ഞുതീരുമ്പോൾ അവന്റെ കണ്ണുകൾ നിറയും.

എന്നാൽ അഗസ്റ്റാനോയുടെ കഥ മറ്റൊന്നാണ്. ഇരുപതു വർഷം മുമ്പ് മഴക്കാലത്ത് നിറഞ്ഞു ക്ഷുഭിതയായൊഴുകുന്ന സൈഗയുടെ കരയിൽ വച്ച് മീൻപിടുത്തക്കാർക്കാണ് സാൽവദോറിനെ കിട്ടുന്നത്. അവർ അവനെ ദൈവമന്ദിരത്തിലെത്തിക്കുകയായിരുന്നു. മകനെ കരയിൽ കിടത്തി തന്റെ മാതാവോ അല്ലെങ്കിൽ പിതാവോ അതോ രണ്ടുപേരുമോ കുത്തിയൊഴുകുന്ന സൈഗയിൽ ചാടി ആത്മഹത്യ ചെയ്തതാവാം. അല്ലെങ്കിൽ അത് ഗാന്റീയയോ, ട്രിമോണിയായോ, വിപാസ്തയോ ഏതുമാകാം. മാതാപിതാക്കളുടെ കൈയിൽനിന്ന് സൈഗയിൽ വീണ് ആ ഒഴുക്കിൽ കരയ്ക്കടിഞ്ഞതും ആവാം. മകൻ മരിച്ച ദുഃഖത്തിൽ അവർ ഇപ്പോഴും അവിടെയുണ്ടാവണം. രണ്ടാമത്തെ സാദ്ധ്യതയെപ്പറ്റി ഓർക്കാനാണ് അഗസ്റ്റാനോക്കിഷ്ടം. താൻ ഭാരമാണെന്നു കരുതി കരയിൽ ഉപേക്ഷിച്ച് ആത്മാഹുതി ചെയ്ത മാതാപിതാക്കളെക്കുറിച്ചോർക്കാൻ അവൻ ഇഷ്ടപ്പെട്ടില്ല. പലപ്പോഴും സൈഗയിൽ കുളിക്കാനിറങ്ങുമ്പോൾ അവന്റെ കണ്ണു നിറയും. അതു കവിളിലേക്കൊഴുകും മുമ്പേ മുങ്ങാംകുഴിയിടും.

അഗസ്റ്റാനോയുമായുള്ള ആത്മബന്ധം എങ്ങനെയാണെന്നു വിവരിക്കാൻ അവനറിയില്ല. ഒരുമിച്ചു കളിച്ചുവളർന്നു. ഒരുപാട് കൂട്ടുകൂടി. വഴക്കിട്ടു, സ്നേഹിച്ചു, പിണങ്ങി, പിന്നേയും കൂട്ടുകൂടി. മനസ്സ് പലപ്പോഴും പിടയുമ്പോൾ അഗസ്റ്റാനോയുടെ സാന്നിദ്ധ്യം വലിയൊരാശ്വാസമാണ്. എല്ലാം തുറന്നു പറയാവുന്ന കൂട്ടുകാരായി, ശാസിക്കുന്ന ഒരു പിതാവായി, വാത്സല്യത്തോടെ തലോടുന്ന ഒരമ്മയായി, എല്ലാം പങ്കുവയ്ക്കുന്ന സഹോദരനായി, പിന്നെ ഭൂമിയിൽ രക്തബന്ധത്തിന്റെ സ്നേഹഭാവങ്ങൾകൊണ്ട് മുന്നിൽ നിറയുന്ന ആരൊക്കെയുണ്ടോ അവരൊക്കെയായി മാറുന്നത് അഗസ്റ്റാനോയായിരുന്നു. രണ്ട് പതിറ്റാണ്ട് പിന്നിടുന്ന ആ ആത്മബന്ധത്തിന് എന്തൊക്കെയോ ചില അത്ഭുത ശക്തികളുണ്ടെന്ന് സാൽവദോറിന് തോന്നിയിട്ടുണ്ട്. രക്തബന്ധം എന്നത് വെറുമൊരു പ്രഹസനമാണെന്നും പരസ്പരം മനസ്സിലാക്കാനും ഉള്ളുതുറന്ന് സ്നേഹിക്കാനും ഇത്തരം വാക്കുകളുടെ പിന്തുണ തേടുന്നത് നിരർത്ഥകമെന്നും അവൻ ചിന്തിച്ചിട്ടുണ്ട്. തന്റെ ജീവിതത്തിൽ ഓർക്കുവാനും സ്നേഹിക്കുവാനും വളരെക്കുറച്ചാളുകളേയുള്ളൂ. ജീവിതത്തിന് നിറം പകരുന്നവർ. അഗസ്റ്റാനോ, അമേലിയ, ദൈവമന്ദിരത്തിലെ പ്രായം ചെന്ന

പുരോഹിതൻ, അവിടുത്തെ കുറെ കുരുന്നുകൾ, പിന്നെ പൂത്തുലഞ്ഞു നില്ക്കുന്ന കുറെ ജക്കരന്തകളും. ഇതിൽ അഗസ്റ്റാനോയുടെ വില സാൽവദോർ ശരിക്കും ഇപ്പോൾ മനസ്സിലാക്കുന്നു. നേരം ഇത്രയായിട്ടും അവൻ എത്തിയിട്ടില്ല. അവനെക്കുറിച്ചുള്ള ആധി ഓരോ നിമിഷം കഴിയുംതോറും കൂടി വന്നുകൊണ്ടിരുന്നു.

അപകടം പതിയിരിക്കുന്ന പരിചയമില്ലാത്തപ്രദേശം - ഗാന്റിയ - അവിടെ അഗസ്റ്റാനോക്ക് എന്തെങ്കിലും അപകടം സംഭവിച്ചിരിക്കുമോ. അതോ ആ ഗാന്റിയക്കാരിയുടെ ആളുകൾ അവനെ അപായപ്പെടുത്തിയിരിക്കുമോ. ഒരു നൂറു കൂട്ടം കാര്യങ്ങൾ അവന്റെ മനസ്സിലൂടെ കടന്നുപോയി. പെട്ടെന്നാണ് വാതിലിൽ ആരോ മുട്ടിവിളിക്കുന്നത്.

"സാൽവദോർ വാതിൽ തുറക്കൂ."

അവൻ വാതിൽ തുറന്നു. ദൈവമന്ദിരത്തിലെ പുരോഹിതനായിരുന്നു അത്.

"സാൽവദോർ, രണ്ടുപേരും എന്റെ കൂടെ വരൂ" അദ്ദേഹം പറഞ്ഞു.

"അഗസ്റ്റാനോ ഇതുവരെ വന്നില്ല അച്ചോ. അവൻ സഞ്ചാരികൾക്കൊപ്പം ഡീമോണ തീയേറ്ററിൽ നാടകം കാണാൻ പോയിരിക്കുകയാണ്, വരാൻ ഇനിയും വൈകും." പെട്ടെന്ന് വായിൽ തോന്നിയ കള്ളം അവൻ പറഞ്ഞു.

"ശരി എങ്കിൽ നീ എന്റെ കൂടെ വരൂ...."

പുരോഹിതൻ അവനേയും കൂട്ടി പള്ളിമേടയുടെ അടുത്തുള്ള മുറിയിലേക്ക് പോയി.

"നീയിതു കണ്ടോ."

ദൈവമന്ദിരത്തിലെ വൃദ്ധയായ ആയയുടെ മടിയിൽ തലചായ്ച്ച് കിടന്ന ഒരു ആൺകുഞ്ഞിനെ ചൂണ്ടി അദ്ദേഹം ചോദിച്ചു. ദൈവമന്ദിരത്തിൽ ആദ്യമായാണ് ആ കുട്ടിയെ കാണുന്നത്. അവൻ ആശ്ചര്യത്തോടെ പുരോഹിതനോട് ചോദിച്ചു.

"ഏതാണ് ഈ കുട്ടി."

"ഇവനെ ഇന്നു കിട്ടിയതാണ്. പള്ളിയുടെ കുരിശടിക്കു സമീപം..... അതുമാത്രമല്ല നേർച്ചപ്പെട്ടിയോട് ചേർന്ന് കുറേപ്പണവും ആരോ വച്ചിരുന്നു." പുരോഹിതൻ പറഞ്ഞു.

"ധനവാനായ അനാഥൻ. അല്ലേ അച്ചോ.."

പുരോഹിതൻ ഒന്നു പുഞ്ചിരിച്ചു. എന്നിട്ട് സാൽവദോറിനോടായി പറഞ്ഞു.

"സർവ്വത്തിന്റെയും നാഥനായ ഒരുവനുള്ളപ്പോൾ ആരാണനാഥൻ സാൽവദോർ.."

സാൽവദോർ ഒന്നു പുഞ്ചിരിച്ചു.

"ഇവന് നമുക്കൊരു പേരിടണം നിന്റെ മനസ്സിൽ എന്തെങ്കിലുമുണ്ടോ സാൽവദോർ..." പുരോഹിതൻ ചോദിച്ചു.

"അക്വില" - ഒരു നിമിഷംപോലും ആലോചിക്കാതെ അവൻ പറ

ഞ്ഞു. പേര് പുരോഹിതനും നന്നായി ഇഷ്ടപ്പെട്ടു. കുഞ്ഞിനെ കൈയിൽ കോരിയെടുത്ത് അയാൾ വിളിച്ചു.

"അക്വില."

കവിളിൽ ഒരു മുത്തം സമ്മാനിച്ച് സാൽവദോറും അവനെ വിളിച്ചു.

"അക്വില, പ്രിയ അക്വില."

അന്ന് പുലർച്ചെ *ബൈബിൾ* തുറന്നപ്പോൾ പൗലോസ് റോമാക്കാർക്കെഴുതിയ ലേഖനമാണ് സാൽവദോറിന് കിട്ടിയത്. അതിൽ റോമാ പതിനാറിൽ മൂന്നും നാലും വാക്യങ്ങൾ.

യേശുക്രിസ്തുവിൽ എന്റെ സഹപ്രവർത്തകനായ പ്രിസ്കായ്ക്കും അക്വിലായ്ക്കും വന്ദനം പറയുവിൻ. അവർ എന്റെ ജീവനുവേണ്ടി സ്വജീവൻ പണയപ്പെടുത്തിയവനാണ്. ഞാൻ മാത്രമല്ല വിജാതീയരുടെ സകല സഭകളും അവർക്കു നന്ദി പറയുന്നു.

വേദപാഠക്ലാസിലാണ് സാൽവദോർ അക്വില എന്ന നാമം ആദ്യമായി കേൾക്കുന്നത്. ക്രിസ്തുമതം പ്രചരിക്കുന്ന കാലത്ത് വിശുദ്ധ പൗലോസിനൊപ്പം പ്രവർത്തിച്ചിരുന്ന വിശ്വാസികളാണ് അക്വിലയും ഭാര്യ പ്രിസ്കയും. ക്രിസ്തുവിന്റെ അനുയായികളോട് പ്രതിപത്തി കാണിച്ചതിന്റെ പേരിൽ റോമിലെ ക്ലാഡിയസ് ചക്രവർത്തി വർഷങ്ങളോളം പീഡിപ്പിക്കുകയും അവസാനം നാടുകടത്തുകയും ചെയ്ത രണ്ട് പുണ്യാത്മാക്കൾ. ഇന്ന് ലോകമാകെ ക്രൈസ്തവരുണ്ടെങ്കിൽ അക്വിലയേയും പ്രിസ്കയേപ്പോലെയുമുള്ള ത്യാഗമതികളുടെ ജീവസമർപ്പണമാണെന്ന പുരോഹിതന്റെ വാക്കുകൾ സാൽവദോർ ഓർത്തു. അക്വിലെയുടെ നാമം ഇനിയെന്നും ദൈവമന്ദിരത്തിലുയർന്നു കേൾക്കും - പ്രിയപ്പെട്ട അക്വിലയിലൂടെ.

തിരികെ മുറിയിലെത്തുമ്പോഴും അഗസ്റ്റാനോ എത്തിയിട്ടുണ്ടായിരുന്നില്ല. സാൽവദോറിന്റെ മനസ്സിൽ ആശങ്കയുടെ മേഘങ്ങൾ ഉരുണ്ടുകൂടി പള്ളിമേടയ്ക്ക് പുറത്ത് അക്വില നിർത്താതെ കരഞ്ഞുകൊണ്ടിരുന്നു. ആ കരച്ചിൽ അവന്റെ അസ്വസ്ഥത വർദ്ധിപ്പിച്ചു. അവൻ ചെവികൾ പൊത്തി കട്ടിലിൽ കമഴ്ന്നു കിടന്നു. പുറത്ത് തണുത്തകാറ്റ് വീശുന്നുണ്ടായിരുന്നു. ആ ദ്രവിച്ചു തീരാറായ ജനലിലൂടെ വന്ന് അത് സാൽവദോറിനെ തഴുകി. ഇടയ്ക്കെപ്പോഴോ കൺപോളകളിൽ തൂങ്ങിക്കിടന്ന ഉറക്കം അവനെ കീഴ്പ്പെടുത്തി.

ആറ്

അകിലയുടെ നീണ്ട കരച്ചിൽ കേട്ടാണ് സാൽവദോർ ഉണർന്നത്. കിഴക്കൻ ചക്രവാളത്തിൽനിന്നും പ്രകാശരശ്മികൾ മഞ്ഞിനെ കീറിമുറിച്ച് പാതി തുറന്ന ജനലിലൂടെ വന്ന് അവന്റെ കണ്ണുകളെ മുത്തി.

പെട്ടെന്നാണ് ഉൾബോധം ഉണ്ടായത്. അവൻ തൊട്ടപ്പുറത്തുള്ള കട്ടിലിലേക്കു നോക്കി. അഗസ്റ്റോനോ ക്ഷീണിതനായി കിടന്നുറങ്ങുന്നു. സാൽവദോർ എല്ലാ ആശങ്കക്കെട്ടുകളും ഒരു നിശ്വാസത്തിലൂടെ കുടഞ്ഞുകളഞ്ഞു. പതിയെ എഴുന്നേറ്റ് ചെന്ന് ഗാഢനിദ്രയിലായിരുന്ന അഗസ്റ്റാനോയുടെ പിൻഭാഗത്ത് കൈകൊണ്ട് ശക്തിയിൽ ഒരടി കൊടുത്തു.

"അമ്മേ.."

അഗസ്റ്റാനോ ഞെട്ടിയെഴുന്നേറ്റു.

"നീ എന്നെ ഭയപ്പെടുത്തിക്കളഞ്ഞു" സാൽവദോർ പറഞ്ഞു.

കണ്ണുകൾ തിരുമ്മിയെഴുന്നേറ്റ് അഗസ്റ്റാനോ സാൽവദോറിനെ സൂക്ഷ്മമായി ഒന്നു നോക്കി എന്നിട്ട് പറഞ്ഞു.

"നീ എന്തിനാണാവശ്യമില്ലാതെ ഭയപ്പെടുന്നത്. എത്ര ദൂരം സഞ്ചരിച്ചാണ് ഞാൻ പോയി വന്നത് എന്ന് നിനക്കും അറിവുള്ളതാണല്ലോ?"

"അതല്ല അഗസ്റ്റാനോ, നീ എന്തെങ്കിലും അപകടത്തിൽ പെട്ടാൽ? അതും ഗാന്റിയയിൽ? എനിക്കാകെക്കൂടി ഭയമാകുന്നു."

അകിലയുടെ കരച്ചിൽ ഒരു പശ്ചാത്തലസംഗീതംപോലെ മുഴങ്ങിക്കൊണ്ടിരുന്നു.

"എവിടുന്നാണ് ആ ശബ്ദം." അഗസ്റ്റാനോ ചോദിച്ചു.

"അത് അകില, ഇന്നലെ ദൈവമന്ദിരത്തിൽ കിട്ടിയ കുഞ്ഞാണ്. നിനക്കറിയാമോ ഞാനാണവന് പേരിട്ടത്."

ഒരു ചിരിയായിരുന്നു അഗസ്റ്റാനോയുടെ പ്രതികരണം.

"എന്താ" സാൽവദോർ ചോദിച്ചു.

"ആ പേരു കേട്ടപ്പോൾ എനിക്കുതോന്നി. ഉം, ഇനി ഇവിടുത്തെ പൂവൻകോഴികളെ കൃത്യമായി വിളിച്ചുണർത്താൻ ഒരാളായി."

അഗസ്റ്റാനോ ചിരിയുടെ ആക്കം കൂട്ടി. സാൽവദോറിനും ചിരി വന്നു.

പ്രഭാതഭക്ഷണത്തിനുശേഷം രണ്ടുപേരും ദൈവമന്ദിരത്തിൽ നിന്നും സെന്റ് പീറ്റേഴ്സിന്റെ രൂപക്കൂട്ടിലേക്കുള്ള കൽപ്പാതയിലൂടെ നടക്കാനിറങ്ങി. ചുറ്റുമുള്ള ജക്കരന്ത മരങ്ങളിലേതോ ഒന്നിൽ ഒരു മരം കൊത്തി തടിയിൽ കൊത്തി ശബ്ദമുണ്ടാക്കിക്കൊണ്ടിരുന്നു.

"നീ പോയിട്ട് എന്തായി ഇസബെല്ലയെ കണ്ടോ?" സാൽവദോർ ചോദിച്ചു.

"കണ്ടു."

"എന്നിട്ട്?"

"ഗാന്റിയയിലെ കോടതി കെട്ടിടത്തിന്റെ എതിർവശമാണ് അവൾ താമസിക്കുന്നത്. കൂടെ അവളുടെ പിതാവും ജ്യേഷ്ഠനുമുണ്ട്. ഞാൻ അവിടെ ചെല്ലുമ്പോൾ അവൾ ഒറ്റയ്ക്കാണുണ്ടായിരുന്നത്. വ്യാപാരികളായ അപ്പനും സഹോദരനും വ്യാപാരാവശ്യങ്ങൾക്കായി ദൂരെയെവിടെയോ യാത്രയിലായിരുന്നു. ഞങ്ങൾ മണിക്കൂറുകളോളം സംസാരിച്ചു സാൽവദോർ. വിവാഹശേഷം ഞങ്ങൾ ഗാന്റിയയിൽത്തന്നെ താമസിക്കും."

"നിങ്ങളുടെ വിവാഹത്തിന് അവളുടെ അപ്പനും ജ്യേഷ്ഠനും സമ്മതിക്കുമെന്നാണോ നീ കരുതുന്നത്."

"ഇപ്പോൾ സമ്മതിക്കില്ല, പക്ഷേ, സമ്മതിക്കും. അതിനു മുമ്പ് എനിക്കൊരു പണക്കാരനാവണം."

"അഗസ്റ്റാനോ, നീ പറയുന്നത് കേട്ടിട്ട് എനിക്ക് ഭയമാണ് തോന്നുന്നത്. എത്ര ലാഘവത്തോടെയാണ് നീ ഇതെല്ലാം പറയുന്നത്."

"എല്ലാം ശരിയാകും സാൽവദോർ, നിനക്കറിയാമോ ഗാന്റിയ എത്ര നല്ല പ്രദേശമെന്ന്! എല്ലാവരും തന്നെ പണക്കാരായ ആളുകൾ. വലിയ കെട്ടിടങ്ങൾ, വ്യാപാരങ്ങൾ, സുന്ദരന്മാരും സുന്ദരികളുമായ മനുഷ്യർ. ജീവിക്കുകയാണെങ്കിൽ അവിടെ ജീവിക്കണം.

ഗാന്റിയയെ അപേക്ഷിച്ച് കാർണോവിയ ഒരു നരിക്കാട് തന്നെ."

"ഉം, നീ എങ്ങനെയാണ് ഗാന്റിയയിലെത്തിയത്."

"ഹെയ്ഡൽബർഗ് വരെ ഡാനിക്കൊപ്പം പോയി. അവിടെ ഒരു സുഹൃത്തിന്റെ അടുത്ത് ഡാനിയെ ഏല്പിച്ച് റൈൻ നദി കടന്നു. കടത്തുക്കാർക്ക് കുറച്ചുപണം കൊടുക്കേണ്ടി വന്നു. എന്തായാലും സുരക്ഷിതമായി അവർ അവിടെ എത്തിച്ചു. തിരിച്ചും."

"എത്ര ശ്രമകരവും അപകടകരവുമായ കാര്യമാണ് നീ ചെയ്യുന്നതെന്ന് നിനക്കറിയുമോ അഗസ്റ്റോനോ?"

"പ്രണയം തന്നെ ഒരു സാഹസികതയല്ലേ."

അതുപറഞ്ഞ് അഗസ്റ്റാനോ ചിരിച്ചു. സാൽവദോറിന് ഒന്നും പ്രതി

കരിക്കാൻ തോന്നിയില്ല.

കാർണോവിയയിൽനിന്നും ഗാന്റിയായിലേക്ക് രണ്ട് മാർഗ്ഗങ്ങളാണുള്ളത്. ഒന്ന് നെയ്റായിൽ ഉള്ള വലിയ കവാടം കടന്ന് പിന്നൊന്ന് ഹെയ്സൽബെർഗുവഴി റൈൻ നദി കടന്ന്, ഇതിൽ ഒന്നാമത്തെ വഴിയാണ് നിയമാനുസൃതമുള്ള മാർഗ്ഗം. രണ്ടാമത്തേത് പിടിക്കപ്പെട്ടാൽ ജയിലിലാകാനുള്ള മാർഗ്ഗവും. വലിയ കവാടത്തിൽ കനത്ത സുരക്ഷാ സംവിധാനമാണുള്ളത്. ഗാന്റിയയിലേയും കാർണോവിയയിലേയും പട്ടാളക്കാർ രണ്ടു വശങ്ങളിലുമായി ഉണ്ടായിരിക്കും. സർക്കാരിൽനിന്നും പ്രത്യേക അനുമതി വാങ്ങിയ വിനോദസഞ്ചാരികളും പ്രധാനപ്പെട്ട വ്യാപാരികളുമാണ് ആ വഴി ഉപയോഗിക്കുന്നത്. റൈൻ നദി കടന്ന് ഗാന്റിയായിലെത്തുന്നത് ചെറുവ്യാപാരികളും നിയമവിധേയമല്ലാത്ത ചില കച്ചവടം നടത്തുന്നവരുമാണ്. രണ്ടുപ്രവിശ്യകളും തമ്മിലുള്ള ശത്രുതയ്ക്ക് നൂറ്റാണ്ടുകളുടെ പഴക്കമുണ്ട്. വിപ്ലവവും അതിനുശേഷം ദേശബോധവും പുതിയ പ്രത്യയ ശാസ്ത്രങ്ങളുമൊക്കെ രാജ്യമാകെ വ്യാപിച്ചെങ്കിലും ആ ഐക്യബോധത്തിൽ കടപുഴകാതെ നിന്ന ശത്രുതയാണ് ആ പ്രവിശ്യകൾ തമ്മിലുള്ളത്. രണ്ട് പ്രവിശ്യയിലുള്ളവരും മറ്റെയാളെ എപ്പോഴും സംശയത്തിന്റെ കണ്ണുകളോടെയാണ് നോക്കിയിരുന്നത്.

ശത്രുതയുടെ തായ്വേരുകളിലൊന്ന് നൂറ്റാണ്ടുകൾക്കുമുൻപ് നടന്ന ഫർസലസ് യുദ്ധമാണ്. ക്രിസ്തുവിനും മുമ്പ് ആ ചരിത്രയുദ്ധവും ശത്രുതയും തമ്മിലുള്ള ബന്ധം കാർണോവിയയിലെ എംപറർ സ്ട്രീറ്റിലെ ലൈബ്രറി നടത്തിപ്പുകാരൻ ജൊഹനസ് ആണ് സാൽവദോറിന് പറഞ്ഞുകൊടുക്കുന്നത്.

നൂറ്റാണ്ടുകൾ പഴക്കമുള്ള ചരിത്രം. റോമാസാമ്രാജ്യം സീസറുടെയും പോംപിയുടെയും ക്രാസസിന്റെയും ത്രിമൂർത്തി വൈഭവത്തിൽ പ്രക്ഷുബ്ധമായ കാലഘട്ടം. അധികാരം പിടിച്ചടക്കാനും രാജ്യത്തിന്റെ അതിരുകൾ വിശാലമാക്കാനും മത്സരം നടക്കുന്ന കാലം. ക്രാസസിന്റെ മരണശേഷം അധികാര വടംവലി സീസറും പോംപിയും തമ്മിലായി. സീസർ റോമിൽ ആകമാനം അംഗീകാരം നേടിവരുന്നത് പോംപിയിൽ വലിയ ആശങ്ക സൃഷ്ടിച്ചു. സീസർ ഗൗൾ പ്രവിശ്യയിൽ ഗവർണർ കൂടി ആയതോടെ പോംപിയുടെ ആശങ്ക കൂടി. വർദ്ധിച്ചുവരുന്ന സീസറുടെ സൈനികശേഷിയും അംഗീകാരവും എങ്ങനെയെങ്കിലും തകർക്കണമെന്ന് പോംപി ഉറപ്പിച്ചു. അങ്ങനെ റോമൻ സെനറ്റിന്റെ തീരുമാനപ്രകാരം പോംപി സീസറിനോട് സൈന്യത്തെ പിരിച്ചുവിട്ട് തിരികെ വരാൻ ഉത്തരവിട്ടു. എന്നാൽ ഇത് ഒരു ചതിയുടെ ഭാഗമാണെന്ന് യുദ്ധവീരനായ സീസറിന് മനസ്സിലാക്കാൻ ബുദ്ധിമുട്ടുണ്ടായില്ല. അങ്ങനെ ഒരു ആഭ്യന്തര കലാപത്തിന് കൊടിയേറി. സീസർ ഒത്തുതീർപ്പിന് തയ്യാറായിരുന്നെങ്കിൽക്കൂടി പോംപിയുടെ വാശി യുദ്ധത്തിലെത്തിച്ചു. അങ്ങനെ ഫർസലസിൽ വച്ച് ആ യുദ്ധം നടന്നു. പോംപിയുടെ അരലക്ഷം കാലാൾപ്പടയും ഏഴായിരത്തോളം കുതിരപ്പടയും സീസറിന്റെ ഇരുപ

ത്തയ്യായിരം കാലാൾപ്പടയോടും ആയിരത്തോളം കുതിരപ്പടയോടും ഏറ്റു മുട്ടി. ആയുധശേഷികൊണ്ടും ആളെണ്ണത്തിലും പ്രബലമായ പോംപിയുടെ സൈന്യം യുദ്ധവീരന്മാരായ സീസറുടെ സൈന്യത്തിനു മുൻപിൽ തകർന്നടിഞ്ഞു. ആയിരങ്ങൾ കൊല്ലപ്പെട്ടു. അവസാനം പോംപിയുടെ സൈന്യം സീസറിനു കീഴടങ്ങി. പോംപി അലക്സാണ്ട്രിയയിലേക്കു പലായനം ചെയ്തെങ്കിലും ടോളമി പതിമൂന്നാമന്റെ സൈന്യം അദ്ദേഹത്തിന്റെ കഴുത്തറുത്തു. ഈ യുദ്ധത്തിൽ കാർണോവിയ സീസറിനൊപ്പമായിരുന്നു. ധീരന്മാരായ നിരവധി യുവാക്കൾ സീസറുടെ സൈന്യത്തിലുണ്ടായിരുന്നു. എന്നാൽ ഗാന്റിയയിലെ ഭരണകൂടം പോംപിക്കൊപ്പമാണ് നിലയുറപ്പിച്ചത്. നിരവധി ഗാന്റിയൻ പടയാളികളും പോംപിയുടെ സൈന്യത്തിലുണ്ടായിരുന്നു. പക്ഷേ, യുദ്ധത്തിൽ നിർദ്ദാക്ഷിണ്യം അവർ വധിക്കപ്പെട്ടു. യുദ്ധശേഷം പോംപി അധികാരത്തിൽ വരുമെന്നും അങ്ങനെ അധികാരത്തിന്റെ അപ്പക്കഷണങ്ങൾ കിട്ടുമെന്നുമൊക്കെയുള്ള ഗാന്റിയൻ ഭരണാധികാരിയുടെ സ്വപ്നവും തകർന്നു. ഈ യുദ്ധത്തിനുശേഷം വൻകര എത്രയുദ്ധങ്ങൾ കണ്ടു. എത്ര ചക്രവർത്തിമാരെയും സൈന്യത്തെയും ആയുധങ്ങളും കണ്ടു. അധികാരത്തിനും അതിർത്തി കാക്കാനും ശക്തി തെളിയിക്കാനുമൊക്കെയുള്ള എത്രയെത്ര പടയോട്ടങ്ങൾക്കുശേഷം മാനവികതയുടെ ഉയർത്തെഴുന്നേല്പ്... പക്ഷേ, ഏതു യുദ്ധത്തിലും കാർണോവിയ എടുക്കുന്ന നിലപാടുകൾക്കെതിരായാണ് ഗാന്റിയ നിലകൊണ്ടിരുന്നത്. കാർണോവിയ സഹായിക്കുന്ന പക്ഷത്തിന്റെ എതിർപക്ഷത്തുചേരുക എന്നതായിരുന്നു ഗാന്റിയയുടെ നയം. വിപ്ലവത്തിനുശേഷം വലിയ മാറ്റങ്ങളുണ്ടായെങ്കിലും ഇപ്പോഴും പരസ്പരം സംശയത്തോടെയാണ് ഇരുകൂട്ടരും വീക്ഷിക്കുന്നത്. ഇത്തരം പ്രക്ഷുബ്ധതകൾക്കിടയിലാണ് അഗസ്റ്റാനോയുടെ പ്രണയം എന്നത് സാൽവദോറിന്റെ സ്വസ്ഥത കെടുത്തി.

"നിനക്കു ഗാന്റിയക്കാരുടെ സ്വാഭാവം അറിവുള്ളതല്ലേ അഗസ്റ്റാനോ? എന്നിട്ടും നീ ഇങ്ങനെ?"

"സാൽവദോർ, യഥാർത്ഥത്തിൽ പ്രശ്നം ഈ യുദ്ധവും ഒന്നുമല്ല. അസൂയയാണ്. കടുത്ത അസൂയ. നമ്മൾ കാർണോവിയക്കാർക്ക് അസൂയയുടെ അന്ധത ബാധിച്ചിരിക്കുകയാണ്. ഗാന്റിയക്കാർ എല്ലാവരും തന്നെ പണക്കാരാണ്, ജീവിക്കാൻ പഠിച്ചവരാണ് അതുകൊണ്ട് മാത്രമാണ് ഈ ശത്രുത."

സാൽവദോറിനെക്കൊണ്ട് മറുപടി പറയിപ്പിക്കാതെ അവൻ തുടർന്നു.

"ഇതിന്റെ മൂലകാരണവും ഞാൻ ചികഞ്ഞെടുത്തിട്ടുണ്ട് സാൽവദോർ."

സാൽവദോർ ആകാംക്ഷയോടെ അഗസ്റ്റാനോയെ നോക്കി.

"നീ റ്റാസിറ്റസിനെപ്പറ്റി കേട്ടിട്ടുണ്ടോ? *ജർമ്മനിയാ* എന്ന പുസ്തകത്തെപ്പറ്റിയോ? ചരിത്രകാരനായ റ്റാസിറ്റസാണ് നൂറ്റാണ്ടുകൾക്കുമുമ്പ്

എഴുതിയ അദ്ദേഹത്തിന്റെ പുസ്തകത്തിലൂടെ നമുക്ക് ഇതിനുള്ള ഉത്തരം തരുന്നത്. റൈൻ നദിക്കരയിലുള്ള നമ്മൾ കാർണോവിയക്കാർ ഇസ്ത വോണുകളാണ്. ഗാന്റിയക്കാരാവട്ടെ ഹെർമിയോണസ് വിഭാഗക്കാരും ഈ വംശീയ ശത്രുതയാണ് ഇതിനെല്ലാം കാരണം. സാൽവദോർ സത്യ ത്തിൽ മനുഷ്യനെന്ന ഒരു വംശമല്ലേ നമുക്കുണ്ടാകാവൂ. പ്രണയത്തിനും വംശവും ജാതിയുമൊക്കെയുണ്ടോ."

അഗസ്റ്റാനോയുടെ ചരിത്ര വ്യാഖ്യാനവും മാനവിക ബോധവും സാൽവദോറിനെ അത്ഭുതപ്പെടുത്തി. അവനിലെ മാറ്റം സാൽവദോറിന് ഉൾക്കൊള്ളാവുന്നതിലും അപ്പുറത്തായിരുന്നു.

"ചരിത്രവും ചരിത്രാതീതവും എന്തൊക്കെയെങ്കിലും ഒന്നു സത്യ മാണ് അഗസ്റ്റാനോ, ഇത് വർത്തമാനമാണ്. ഭൂതകാലം ചിക്കിചികയു ന്നതിലും ഭാവിയെപ്പറ്റി ഊറ്റം കൊള്ളുന്നതിലുമൊക്കെ വലുത് വർത്ത മാനകാലത്തെ അതിജീവിക്കുകയെന്നതാണ്."

"അതിജീവിക്കും സാൽവദോർ... അതിനുള്ള വഴി കാലം ഒരുക്കി തരും."

അഗസ്റ്റാനോയുടെ ആത്മവിശ്വാസം സാൽവദോറിൽ കടുത്ത മാന സിക വ്യഥയുണ്ടാക്കി. പക്ഷേ, അവനതു പുറത്തു കാണിച്ചില്ല. അഗ സ്റ്റാനോ മറ്റേതോ സ്വപ്ന ലോകത്ത് പൗരത്വം സ്വീകരിച്ചിരിക്കുകയാണ്. യാഥാർത്ഥ്യം എത്ര കഠിനമാണെന്ന് തിരിച്ചറിയാൻ അവനെ ദൈവപു ത്രൻ സഹായിക്കട്ടെ എന്ന് സാൽവദോർ മനസ്സിൽ പ്രാർത്ഥിച്ചു. ജക്കരന്ത മരങ്ങളിൽ മാറി മാറി പറന്നെത്തി മരംകൊത്തി കട് കട് ശബ്ദം ഉണ്ടാ ക്കിക്കൊണ്ടിരുന്നു. ആ അസ്വസ്ഥതകളിൽ ഒന്നും പെടാതെ അഗസ്റ്റാനോ ഏതോ കിനാവിലായിരുന്നു.

ഏഴ്

മിക്ക ദിവസങ്ങളിലും സാൽവദോർ, അമേലിയ കൂടിക്കാഴ്ച പുലർച്ചെയുള്ള കുർബ്ബാനയ്ക്കുശേഷം നടക്കുന്നതാണ്. സെന്റ് ഡൊമനിക്കൻ ദേവാലയത്തിൽനിന്ന് വടക്ക് മാറി ഹെൻറിസ് തെരുവിലാണ് അവൾ താമസിക്കുന്നത്. അവളുടെ പൂർവ്വികർ ആൽപ്സ് പർവ്വതത്തിന്റെ താഴ്‌വാരത്തു താമസിച്ചിരുന്ന വേട്ടക്കാരായിരുന്നു. പർവ്വതത്തിലുള്ള ജീവജാലങ്ങളെ വേട്ടയാടിയും രാജാക്കന്മാരുടെ മൃഗയാ വിനോദങ്ങളിൽ സഹായികളായി വർത്തിച്ചുമൊക്കെയാണ് അവർ ജീവിച്ച് പോന്നിരുന്നത്. വർഷങ്ങൾക്ക് മുൻപ് നടന്ന വലിയ പ്രകൃതി ക്ഷോഭത്തിൽ താഴ്‌വാരമാകെ തകർന്നടിഞ്ഞു. വൻമരങ്ങൾ കടപുഴകിയും മണ്ണിടിഞ്ഞും ശക്തമായ മഞ്ഞ് വീണും ആ പ്രദേശം തന്നെ ഇല്ലാതായി. നിരവധിയാളുകൾ മരണപ്പെട്ടു. ശേഷിച്ച ആളുകളെ സാലിയൻ ചക്രവർത്തിയായിരുന്ന ഹെൻറി ചക്രവർത്തിയാണ് ഇന്നത്തെ സെന്റ് ഡൊമിനിക്കൽ ദേവാലയത്തിന് വടക്കുഭാഗത്തുള്ള തരിശുഭൂമിയിൽ പാർപ്പിടം ഒരുക്കി പാർപ്പിച്ചത്. അന്ന് ദേവാലയം അവിടെ ഉണ്ടായിരുന്നില്ല. ഹെൻറി ചക്രവർത്തിയുടെ സ്മരണാർത്ഥമാണ് പിന്നീട് ആ പ്രദേശം ഹെൻറി തെരുവെന്നറിയപ്പെട്ടത്.

ഇന്ന് സാൽവദോറിനെ കാണുമ്പോൾ ഒരു പ്രത്യേക സമ്മാനവും നല്കണമെന്നവൾ കരുതിയിരുന്നു. കുർബ്ബാനയ്ക്കുശേഷം എന്നും ഇരിക്കുന്ന ഇരിപ്പിടത്തിൽ സാൽവദോറിനെ കാത്തിരുന്നു. സാധാരണയായി കുർബ്ബാനയ്ക്കുശേഷം നിമിഷങ്ങൾക്കകം അവനവിടെ കാണേണ്ടതാണ്. പക്ഷേ, നേരം കുറേ കടന്നുപോയിട്ടും സാൽവദോറിനെ കണ്ടില്ല. മിക്ക ദിവസവുമുള്ള ആ കൂടിക്കാഴ്ച വളരെ വിരളമായി മാത്രമേ മുടങ്ങാറുണ്ടായിരുന്നുള്ളു. അത് സഞ്ചാരികളുടെ ഒഴുക്ക് വർദ്ധിക്കുമ്പോൾ മാത്ര

മാണ്. അങ്ങനെയുള്ള ദിവസങ്ങളെപ്പറ്റി സാൽവദോർ മുൻകൂട്ടി പറയാറുള്ളതുമാണ്. അമേലിയ നിരാശയോടെ താൻ കൊണ്ടുവന്ന ജക്കരന്തയുടെ തൈയിലേക്ക് നോക്കി. അമേലിയയും സാൽവദോറും ചേർന്ന് പലയിടങ്ങളിൽ ജക്കരന്ത തൈകൾ നട്ടിട്ടുണ്ടെങ്കിലും ഈ തൈയ്ക്ക് മറ്റൊരു സവിശേഷതയുണ്ടായിരുന്നു. കടുംചുവപ്പും നീലയും കലർന്ന ഒരു പ്രത്യേകതരം ജക്കരന്തയുടെ തൈയായിരുന്നു അത്. കാർണോവിയയിൽ വളരെ വിരളമായാണത്തരത്തിലുള്ള ജക്കരന്തകൾ ഉണ്ടായിരുന്നത്. അവർ ഒരുമിച്ചു നട്ട പല ജക്കരന്തകളും തലയെടുപ്പോടെ വളരുന്നതുകണ്ട് അവൾ അവരുടെ പ്രണയത്തിൽ അഭിമാനിച്ചിട്ടുണ്ട്. ഒക്ടേവിയസ് രാജാവാണല്ലോ അത്തരത്തിലുള്ള ചില കീഴ്വഴക്കങ്ങൾക്ക് തുടക്കമിട്ടത്. ഒക്ടേവിയസ് - കാതറൈൻ പ്രണയത്തിന്റെ അനശ്വര പ്രതീകം മാത്രമായിരുന്നില്ല ജക്കരന്ത, അത് പ്രകൃതിയുടെ സത്യഭാവമായ പ്രണയത്തിന്റെ തന്നെ സ്വത്വ പ്രതീകമായി മാറി. പ്രണയിനികൾ ഓരോ ജക്കരന്തയിലും പ്രണയമെന്ന കാവ്യത്തിന്റെ മാസ്മരികതയറിഞ്ഞു. എന്തെല്ലാം വിസ്മൃതിയിൽ കടപുഴകി വീണാലും പ്രണയം മാത്രം പ്രകൃതിയിൽനിന്നും വേറിട്ടു പോകില്ല. അതുകൊണ്ടാണല്ലോ പതിറ്റാണ്ടുകൾ പകുത്തുമാറ്റിയ കഥകൾക്കും ചരിത്രത്തിനും അപ്പുറത്ത് ഇപ്പോഴും ജക്കരന്ത പ്രണയത്തിന്റെ അവർണ്ണനീയ പ്രതീകമായി നില്ക്കുന്നതും, പ്രണയസാക്ഷാൽക്കാരങ്ങൾക്കും നഷ്ടപ്രണയത്തിന്റെ ഓർമ്മകൾക്കുമായി ഒക്ടേവിയസിനുശേഷവും ആയിരം ജക്കരന്തകൾ കാർണോവിയയുടെ മണ്ണിൽ വേരോടിക്കുന്നതും.

ഒരാൾക്ക് തന്നോട് പ്രണയമുണ്ടോയെന്ന് അറിയാൻ കാർണോവിയയിലെ കൗമാരക്കാർ ചെയ്യുന്ന ഒരു കാര്യമുണ്ട്. ജക്കരന്ത പൊഴിക്കുന്ന ഉണങ്ങിയ കായ് ശേഖരിക്കും. പൂക്കളെല്ലാം പൊഴിഞ്ഞുതീർന്നശേഷമാകും അത്തരത്തിൽ കായ് ശേഖരിക്കാൻ പറ്റുക. വൃത്താകൃതിയിലുള്ള അതിന്റെ പുറംതോട് രണ്ടായി പൊളിക്കുമ്പോൾ അതിൽ വിത്തുകൾ കാണും. പഞ്ഞിപോലെ നനുത്ത ആവരണത്തോട് കൂടിയ ചെറുചെറു വിത്തുകൾ ഒരു കായ്ക്കുള്ളിൽ ധാരാളമുണ്ട്. എന്നാൽ ചിലതിൽ വിത്തുകൾ ഒന്നുംതന്നെ കാണില്ല. ഇഷ്ടമുള്ള ആളെ മനസ്സിൽ വിചാരിച്ച് കായുടെ പുറംതോട് രണ്ടായി പൊളിക്കുമ്പോൾ അതിൽ വിത്തുകൾ ഉണ്ടെങ്കിൽ വിചാരിച്ച ആൾക്ക് തിരിച്ചും ഇഷ്ടമുണ്ടെന്നാണ്. കഥകളിലും ചരിത്രത്തിലും ഒന്നുമില്ലെങ്കിലും കാർണോവിയക്കാരുടെ മനസ്സിൽ എപ്പോഴോ കയറിക്കൂടിയ ഒരു വിശ്വാസമാണത്.

സമയം ഏറെ വൈകിയപ്പോൾ സാൽവദോർ വരില്ലയെന്ന് അമേലിയ ഉറപ്പിച്ചു. കൈയിൽ ഒരു ചെറുമൺപാത്രത്തിൽ സൂക്ഷിച്ച ജക്കരന്തയുടെ തൈയിൽ നോക്കി. അവളുടെ പിതാവ് തന്റെ തെരുവുഗാനങ്ങളുമായി ദൂരത്തെവിടെയോ സഞ്ചരിച്ചപ്പോൾ കിട്ടിയതായിരുന്നു ആ പ്രത്യേക നിറമുള്ള ജക്കരന്തയുടെ കായ്കൾ. പൂക്കളെ ജീവനോളം സ്നേഹിക്കുന്ന മകൾക്ക് തിരികെ വീട്ടിൽ വന്നപ്പോൾ അയാൾ

കൊടുത്ത സമ്മാനമായിരുന്നു ആ വിത്തുകൾ. അമേലിയയുടെ വീടിന്റെ ഏറ്റവും വലിയ ആകർഷണം വീട്ടുമുറ്റത്തെ പൂന്തോട്ടമായിരുന്നു. കാർണോവിയയിൽ ലഭ്യമായിരുന്ന എല്ലാത്തരം ചെടികളും അതിൽ ഉണ്ടായിരുന്നു. പൂന്തോട്ടത്തിലെ പലവർണ്ണങ്ങളുള്ള പൂക്കളോട് അവൾ മണിക്കൂറുകളോളം സംസാരിച്ചിരുന്നു. ആൽപ്സ് പർവ്വതനിരയിൽ കാണുന്ന ചില ഭംഗിയുള്ള കാട്ടുചെടികൾവരെ അവളുടെ പൂന്തോട്ടത്തിലുണ്ടായിരുന്നു. കാർണോവിയയിലെത്തുന്ന സഞ്ചാരികൾക്ക് പൂച്ചെണ്ടുകൾ വിറ്റാണ് തുച്ഛമായ ഒരു വരുമാനം അവൾ കണ്ടെത്തിയിരുന്നതെങ്കിലും അവളുടെ പിതാവിന് ഒരു വലിയ സഹായമായിരുന്നു അത്. തോബിയാസിന്റെ തെരുവുഗായകസംഘത്തിൽ മൂന്നുപേരാണുണ്ടായിരുന്നത്. ഒരു കാലത്ത് തെരുവോരങ്ങളെ സംഗീതസാന്ദ്രമാക്കിയിരുന്ന പ്രതിഭകളായിരുന്നു മൂവരും. നൂറുകണക്കിന് കാണികളുടെ ഹർഷാരവങ്ങൾക്കിടയിൽ ബ്രസീലിയൻ ജക്കരന്തയുടെ തടികൊണ്ടുണ്ടാക്കിയ തന്റെ ഗിത്താറിൽ നിന്നുതിരുന്ന നാദങ്ങളുടെ അകമ്പടിയിൽ ഗാനങ്ങൾ ആലപിച്ച് കാർണോവിയയിലെ ആബാലവൃദ്ധം ജനങ്ങളെ പുളകിതരാക്കിയ കാലമുണ്ടായിരുന്നു തോബിയാസിന്. അന്ന് ഒരു ഡസനോളം കലാകാരന്മാരും തോബിയാസിനൊപ്പമുണ്ടായിരുന്നു. എന്നാൽ മറ്റ് വിനോദങ്ങളിലേക്ക് ആളുകൾ തിരിഞ്ഞപ്പോൾ തോബിയാസിന് നഷ്ടപ്പെട്ടത് തന്റെ ആസ്വാദകരെയാണ്. കൂടെയുണ്ടായിരുന്ന കലാകാരന്മാർ പല മേഖലകളിലേക്ക് ചിന്നിച്ചിതറിപ്പോയി. മിക്കവരും നിശാതീയേറ്ററുകളിൽ നാടക നടന്മാരായി. ശേഷിച്ച രണ്ടുപേരും തോബിയാസുമടങ്ങുന്ന ഗായകസംഘം പല ദേശങ്ങൾ സഞ്ചരിച്ച് ഗാനങ്ങൾ പാടി ജീവിക്കുന്നു. അങ്ങനെ ഒരു യാത്രയിൽ കിട്ടിയ ജക്കരന്ത വിത്തുകളാണ് അയാൾ മകൾക്ക് സമ്മാനിച്ചത്. വിരളമായി കാണുന്ന നിറത്തിലുള്ളതായതിനാൽ സവിശേഷ ശ്രദ്ധയോടെയാണവൾ അത് മുളപ്പിച്ചെടുത്തത്. ജക്കരന്ത വിത്തുകൾ മുളപ്പിച്ചെടുക്കുന്നതുതന്നെ പ്രത്യേക പരിചരണത്തോടെയാണ്. രണ്ടായി പൊളിച്ചുമാറ്റി കായ്ക്കുള്ളിലെ പഞ്ഞിയിൽ പൊതിഞ്ഞപോലുള്ള നനുത്ത ആവരണത്തോട് കൂടിയ വിത്തുകൾ ഒരു ദിവസം മുഴുവൻ വെള്ളത്തിൽ സൂക്ഷിക്കണം. അങ്ങനെ ജലസ്പർശമേറ്റ് പാകപ്പെട്ട വിത്തുകളാണ് പാകുന്നത്. ചെറിയ മൺ ചിരാതുകളിൽ ഫലഭൂയിഷ്ഠമായ മണ്ണ് നിറച്ച് അതിലാണ് അവൾ വിത്തുകൾ പാകിയത്. സൂര്യ കിരണങ്ങളിൽനിന്നും ജീവോർജ്ജമാഗിരണം ചെയ്ത് ചെറുനാമ്പുകൾ തലപൊക്കി. അത്തരത്തിൽ മാറ്റി നടാറായ ഒരു ജക്കരന്തതൈയാണ് സാൽവദോറിനൊപ്പം പള്ളിയുടെ പരിസരത്തെവിടെയെങ്കിലും നടാമെന്ന് വിചാരിച്ച് അവൾ എത്തിയത്. പുതിയ അതിഥിയെ സ്വീകരിക്കാൻ ചുറ്റുമുള്ള ജക്കരന്ത മരങ്ങളെല്ലാം തയ്യാറെടുത്ത് നില്ക്കുന്നതായി അവൾക്ക് തോന്നി. ദൂരെയെവിടെ നിന്നോ ഒരു തിത്തിരി പക്ഷി ശബ്ദമുണ്ടാക്കുന്നത് അവൾ കേട്ടു. പള്ളിയിലേക്കുള്ള കവാടത്തിലേക്ക് അവൾ നോക്കി. സാൽവദോർ ഇനിവരില്ലെന്നുറച്ചതോടെ അവൾ വീട്ടിലേക്ക് മടങ്ങി.

എട്ട്

അമേലിയ തിരികെ വീട്ടിലെത്തുമ്പോൾ തോബിയാസ് വീടിന്റെ പൂമുഖത്തിരുന്ന് ഡാനിയേലസിന്റെ പ്രണയഗാനം തന്റെ ഗിത്താറിൽ വിരലുകളോടിച്ചുകൊണ്ട് പാടുകയായിരുന്നു. വാർദ്ധക്യം സമ്മാനിച്ച ഒരു ചെറിയവിറയൽ ശബ്ദത്തിൽ ഉണ്ടെങ്കിലും വളരെ മധുരമായാണ് അയാൾ അത് പാടിയിരുന്നത്. അമേലിയ ഏറ്റവും കൂടുതൽ പ്രാവശ്യം അവളുടെ പിതാവിൽനിന്നും കേട്ടിട്ടുള്ള ഗാനവും അതാണ്. ആ ഗാനം അവളിൽ പതിവില്ലാത്ത ഒരു വിരഹം സൃഷ്ടിച്ചു. ആ ഗാനത്തിന്റെ പശ്ചാത്തലത്തിൽ മുറ്റത്തെ ജക്കരന്തയിൽ രണ്ട് ഇണപ്പൈങ്കിളികൾ കൊക്കുരുമ്മി പ്രണയിക്കുന്നവൾ കണ്ടു. അവൾക്ക് അവയോട് വല്ലാത്ത അസൂയ തോന്നി. വീടിനുള്ളിലേക്കവൾ കയറി. അവളുടെ പിതാമഹന്മാർ വേട്ടയാടിപ്പിടിച്ച ഐബക്സു*കളുടെ നീണ്ട വളയൻ കൊമ്പുകളും എൽക്കുകളുടെ ശിഖരിതമായ കൊമ്പുകളും കാട്ടുകരടിയുടെ തോലുമൊക്കെയായി അലങ്കരിച്ചിട്ടുണ്ട്. നൂറ്റാണ്ടുകൾക്കുമുൻപ് താഴ്വരത്തുനിന്നും ഹെൻറിയസ് തെരുവിലേക്ക് മാറ്റി നടപ്പെട്ടതാണെങ്കിലും തോബിയാസിന്റെ മുൻ തലമുറവരെ വേട്ടക്കാരായിരുന്നു. മലകളും താഴ്വാരങ്ങളുമായി കണ്ണെത്താദൂരത്തോളം നീണ്ടുകിടക്കുന്ന പർവ്വതനിര സമതലങ്ങളും സസ്യജന്തു വൈവിദ്ധ്യങ്ങളുമൊക്കെയായി ഒരു ജനതയുടെ ജീവിതത്തിന്റെ ഭാഗം തന്നെയായിരുന്നു ആൽപ്സ്. ആട്ടിടയന്മാരും വേട്ടക്കാരുമായിരുന്നു താഴ്വാരത്ത് താമസിച്ചിരുന്നവർ. ആ ഗിരിനിരയുടെ ഉയര വ്യത്യാസങ്ങളനുസരിച്ച് പലയിടങ്ങളിലും പല കാലാവസ്ഥയും പല ഭൂപ്രകൃതിയുമായിരുന്നു. തെക്കൻ ചെരുവിൽ ഒലീവ് മരങ്ങൾ തിങ്ങിനിറഞ്ഞു നിന്നിരുന്നുവെങ്കിൽ വടക്ക് ഓക് മരങ്ങളും മേപ്പിൾ വൃക്ഷങ്ങ

---

* ഐബക്സ് - വളഞ്ഞ നീളമുള്ള കൊമ്പുകളോട് കൂടിയ ഒരു തരം മാൻ

ളുമായിരുന്നു അധികവും. ഉയരങ്ങൾ ചെല്ലുംതോറും പൈൻ മരങ്ങളും ലിർച്ച് വൃക്ഷങ്ങളും സമൃദ്ധമായി കാണപ്പെട്ടു. അതിനും മുകളിലുള്ള പുൽമേടുകൾ തേടി രാവിലെ തന്നെ ആട്ടിടയന്മാർ ആട്ടിൻപറ്റങ്ങളുമായി മലകയറുമായിരുന്നു. കാട്ടുപുഷ്പങ്ങൾകൊണ്ട് സുന്ദരമായൊരു പൂന്തോട്ടം ആ മേച്ചിൽപ്പുറങ്ങളിൽ പ്രകൃതി തീർത്തിരുന്നു. അവ നശിപ്പിക്കാതെ ആട്ടിൻപറ്റങ്ങൾ അവിടെ മേഞ്ഞു നടന്നു. അവിടെനിന്നും വീണ്ടും മുകളിലേക്ക് മഞ്ഞുമൂടിയ മലനിരകളാണ്. അവിടെ സദാസമയവും ഹിമബാധ തുടർന്നുകൊണ്ടിരുന്നു. ആടുകളെ മേയാൻവിട്ട് ആട്ടിടയന്മാർ ഏതെങ്കിലും ജൂണിപെർ വൃക്ഷത്തിനു ചുവട്ടിൽ കുശലങ്ങൾ പറഞ്ഞ് സമയം കളയും - സൂര്യാസ്തമയം വരെ.

ഐബക്സുകളെയും ഷാമോയ്*കളെയുമാണ് പ്രധാനമായും വേട്ടക്കാർ വേട്ടയാടിയിരുന്നുത്. എൽക്കു*കളെ വളരെ വിരളമായി മാത്രമേ കാണാറുണ്ടായിരുന്നുള്ളൂ. മാംസത്തിനും കൊമ്പിനും തുകലിനും വിരളമായി വിനോദത്തിനുമാണ് വേട്ട നടത്തിയിരുന്നത്. ഐബക്സുകളുടേയും ഷാമോയ്കളുടേയും മാംസത്തിന് ആവശ്യക്കാർ ഏറെയുണ്ടായിരുന്നു. കാട്ടുപന്നിയും കാട്ടുപോത്തും കരടിയും എല്ലാം വളരെ വിരളമായാണ് അവരുടെ കെണിയിലകപ്പെട്ടിരുന്നത്. കീഴ്ക്കാംതൂക്കായ പാറക്കെട്ടുകളിൽ ഓടിച്ചാടി നടക്കുന്ന ഷാമോയികളെ കുടുക്കാൻ പ്രത്യേകം പരിശീലനം കിട്ടിയവർ അവരുടെ കൂട്ടത്തിലുണ്ടായിരുന്നു. ആൺ എൽക്കുകളെ കിട്ടുന്ന ദിവസങ്ങൾ വർഷത്തിൽ രണ്ടോ മൂന്നോ എണ്ണത്തിൽ ഒതുങ്ങുമെങ്കിലും അന്നവർക്ക് സ്വർഗ്ഗം കിട്ടിയ പോലായിരിക്കും. മാംസത്തിനും അതിന്റെ ശിഖരിതമായ കൊമ്പിനുമെല്ലാം നല്ല വില കിട്ടിയിരുന്നു. എന്നാൽ ഇന്ന് എൽക്കുകളെ ആ ഗിരിനിരകളിലൊന്നും കാണാറില്ല. ഐബക്സുകളെ വേട്ടയാടുന്നത് നിരോധിച്ചിട്ടുണ്ട് താനും. ശൗര്യത്തോടെ പരസ്പരം കൊമ്പുകോർക്കുന്ന ആൺ ഐബക്സുകളുടെ പോരാട്ടവീര്യം യുദ്ധവീരന്മാർക്കുപോലും പ്രചോദനമായിരുന്നു. നീളമുള്ള വളഞ്ഞ കൊമ്പുകൾ കോർത്ത് കുതിച്ചുപൊങ്ങി പരസ്പരം ഏറ്റുമുട്ടുന്ന ആൺ ഐബക്സുകളുടെ പോര് കാണേണ്ട കാഴ്ച തന്നെയാണ്. കൊമ്പിനായും മാംസത്തിനായും വേട്ടയാടപ്പെട്ട് ഐബക്സുകൾ കുറയുന്നതു ശ്രദ്ധയിൽപ്പെട്ടപ്പോഴാണ് വേട്ട നിരോധിച്ചത്. മാത്രമല്ല കാർണോവിയയുടെ ഔദ്യോഗിക മൃഗവും ഐബക്സാണ്. ഒരു കാലത്ത് കാർണോവിയയിൽ പ്രശസ്തമായിരുന്ന മല്ലയുദ്ധത്തിൽ ജയിക്കുന്ന മല്ലന്മാർക്ക് സമ്മാനമായി നല്കിയിരുന്നതും ഐബക്സുകളുടെ കൊമ്പായിരുന്നു. കൂടാതെ കുതിച്ചുപൊങ്ങി പരസ്പരം കൊമ്പുകോർക്കുന്ന ആൺ ഐബക്സുകളാണ് കാർണോവിയൻ പതാകയിൽ ആലേഖനം ചെയ്ത രൂപവും. അതുകൊണ്ട് ഇപ്പോൾ ഷമോയ്കളും

* ഷാമോയ് - വലിപ്പം കുറഞ്ഞ ഒരുതരം കാട്ടാട്

** എൽക് - വലിപ്പം കൂടിയ ഒരു തരം മാൻ

*** മർമത് - ഒരു തരം അണ്ണാൻ

മർമത്***കളും കാട്ടുമുയലുകളും മാത്രമാണ് വേട്ടയാടപ്പെടുന്നത്.

തോബിയാസിന്റെ ചെറുപ്പത്തിൽത്തന്നെ പിതാവ് മരണമടഞ്ഞു. മരണത്തോടെ മൃഗവേട്ട ആ കുടുംബം ഉപേക്ഷിച്ചു. ആ പണിയോട് തോബിയാസിന് ബാല്യത്തിൽത്തന്നെ ഒരു തരം വെറുപ്പായിരുന്നു. അയാളുടെ മനസ്സിൽ എപ്പോഴും സംഗീതമായിരുന്നു. അങ്ങനെ പിതാവിന്റെ മരണശേഷം അയാൾ സംഗീതം പഠിച്ചു. പിന്നീട് തന്റെ സംഗീതസപര്യയുമായി രാജ്യം മുഴുവൻ സഞ്ചരിച്ചു. തെരുവുകൾ സംഗീതസാന്ദ്രമാക്കി. ആൽപ്സ് പർവ്വതത്തിന്റെ അടിവാരത്ത് ആട് ഫാം നടത്തിയിരുന്ന ഒരു പഴയ ഫ്രഞ്ച് സൈനികന്റെ മകൾ ജൂലിയാനയുമായി പ്രണയത്തിലാവുന്നതും വിവാഹം കഴിക്കുന്നതും അക്കാലത്താണ്. പിന്നീട് ആ ദമ്പതികൾക്ക് രണ്ടു പെൺമക്കളുണ്ടായി. ജോസഫൈനും അമേലിയയും. ഇളയവളായ അമേലിയായുടെ ജനനത്തോടെ ജൂലിയാന മരണപ്പെട്ടു. അങ്ങനെ അമ്മയില്ലാത്ത രണ്ടു കുഞ്ഞുങ്ങളെയും വളരെ കഷ്ടപ്പെട്ടാണ് തോബിയാസ് വളർത്തിയെടുത്തത്. പക്ഷേ, വിധി വീണ്ടും തോബിയാസിനോട് ക്രൂരത കാണിച്ചു. പതിനൊന്നാം വയസ്സിൽ ജോസഫൈൻ കോളറ പിടിപെട്ട് മരണമടഞ്ഞു. ആ ആഘാതത്തിൽ മാനസികമായും ആരോഗ്യപരമായും തോബിയാസ് തകർന്നു. പിന്നീട് വളരെ നാളുകൾക്ക് ശേഷമാണ് വർഷങ്ങളോളം ഇരുട്ടുമുറിയിൽ വിശ്രമത്തിലായിരുന്ന തന്റെ ഗിത്താറുമെടുത്ത് തോബിയാസ് തെരുവിലേക്ക് വീണ്ടുമിറങ്ങിയത്. മകളുടെ പ്രണയത്തെപ്പറ്റി നന്നായി അറിയുന്ന ആ പിതാവ് സാൽവദോറിന്റെ കരങ്ങളിൽ ഏറ്റവും പെട്ടെന്നുതന്നെ അവളെ ഏല്പിക്കണമെന്നാഗ്രഹിച്ചു.

തോബിയാസിന്റെ ഗാനം അവസാനിച്ചപ്പോൾ അവൾ അയാളുടെ അടുത്തേക്കു ചെന്നു. അയാൾ അവളുടെ മൂർദ്ധാവിൽ തലോടിക്കൊണ്ട് ചോദിച്ചു. “എന്തുപറ്റി നിന്റെ മുഖത്തൊരു മൗനം. സാൽവദോറുമായി പിണങ്ങിയോ. ഇന്നൊരുപാടു കാത്തുനിന്നിട്ടും സാൽവദോറിനെ കണ്ടില്ലേ? നീയിങ്ങനെ കൊച്ചുകുട്ടിയെപ്പോലെ തുടങ്ങിയാലോ അവൻ സഞ്ചാരികൾക്കൊപ്പമാവും. അവന് അവന്റെ ജോലികൾ കൃത്യമായി ചെയ്യാതിരിക്കുവാൻ കഴിയുമോ.”

ഇത്രയും പറഞ്ഞ് അയാൾ വീടിനുള്ളിലേക്കു കയറി. അവൾ പൂന്തോട്ടത്തിലെ ഇടതുവശത്തുള്ള മുയൽക്കൂടിനടുത്തേക്കും നടന്നു. അവളെ കണ്ടപ്പോഴേ ചെങ്കണ്ണൻ വെള്ളമുയലുകൾ സന്തോഷത്തോടെ കൂടിന്റെ ഒരു വശത്തേക്കുകൂടി. കൂടിന്റെ വാതിൽ തുറന്ന് അവൾ അവയോട് പരിഭവം പറഞ്ഞു. അവ വളരെ ശ്രദ്ധാപൂർവ്വം അതു കേട്ടു. അടുത്തെവിടെയോ ഒരു തിത്തിരിപ്പക്ഷി ബഹളമുണ്ടാക്കിക്കൊണ്ടിരുന്നു. അത് തന്നെ കളിയാക്കുന്ന പോലെയവൾക്ക് തോന്നി.

ഒൻപത്

പിറ്റേ ദിവസവും അമേലിയ ആ ജക്കരന്ത തൈ കൈവശം കരുതിയിരുന്നു. കുർബ്ബാനയ്ക്കുശേഷം പതിവ് ഇടത്തിൽ അവൾ കാത്തിരുന്നു. തൈയുടെ പച്ചപ്പിലേക്ക് പതിയെ പീതവർണ്ണം ലയിച്ചുചേർന്നത് അവളിൽ വേദനയുണ്ടാക്കി. സാൽവദോറിന് എന്തെങ്കിലും അപകടം സംഭവിച്ചുവോ എന്നവൾ ആശങ്കപ്പെട്ടു. പെട്ടെന്നാണ് ഒരു കാല്പെരുമാറ്റം അവൾ ശ്രദ്ധിച്ചത്. ചുറ്റുമുള്ള ജക്കരന്ത മരങ്ങളിലെല്ലാം ഒരു ഇലയിളക്കം അവൾ കണ്ടു. ആകാംക്ഷയോടെ പിന്നിലേക്കു നോക്കി. പക്ഷേ, ആരുമില്ലായിരുന്നു. അവൾക്ക് നിരാശ തോന്നി. ക്ഷമ നശിച്ചപ്പോൾ അവളുടെ കണ്ണുകൾ ഒരു ജലാവരണം തീർത്തു. ഇരിപ്പിടത്തിന്റെ ചുവട്ടിൽ കിടന്ന ഉണങ്ങിയ ഒരു കമ്പ് ഒടിച്ചെടുത്ത് അവൾ അടുത്തുണ്ടായിരുന്ന ഒരു ജക്കരന്തയുടെ അടുത്തെത്തി. അതിലെ വയലറ്റ് പൂക്കൾ അവളെ നോക്കി കളിയാക്കി ചിരിക്കുന്നതായി അവൾക്കുതോന്നി. അതിന്റെ ചുവട്ടിൽനിന്നും നാലഞ്ച് ചുവട് മാറി അവൾ ഒരു ചെറുകുഴിയെടുക്കാൻ തുടങ്ങി. കമ്പുകൊണ്ട് ശക്തിയോടെ മണ്ണിളക്കി. രണ്ടാമത്തെ തവണ കൈ ഉയർന്നപ്പോൾ അവളുടെ കൈപ്പത്തിക്കു മുകളിലൂടെ ഒരു പരുക്കൻ കൈ പിറകിൽനിന്നും കമ്പിൽ പിടിമുറുക്കി. അവൾ നിറകണ്ണുകളോടെ പിന്നിലേക്കു നോക്കി. ചെമ്പൻകണ്ണുകളിൽ പ്രണയത്തിന്റെ സൗന്ദര്യം നിറച്ച് സാൽവദോർ. പരിഭവം കനമായ് തൂങ്ങിയ കവിളുകളിൽ കണ്ണുനീർ പാതയൊരുക്കുന്നതിന് മുൻപ് അവളുടെ മൃദുലകപോലത്തിൽ അവൻ ഒരു മുത്തം സമ്മാനിച്ചു. അതിന്റെ പ്രണയതപത്തിൽ അവളുടെ പ്രതിഷേധവും പരിഭവവുമെല്ലാം അലിഞ്ഞില്ലാതായി. രണ്ടുപേരും ചേർന്ന് ആ കുഴിയിൽ ജക്കരന്ത തൈ ഒരുമിച്ചു നട്ടു. തങ്ങളുടെ കൂട്ടത്തിലേക്ക് പുതിയ അതിഥിയേയും സ്വീകരിച്ചിരിക്കുന്നു എന്നറിയിച്ച്

ജക്കരന്തകൾ പെയ്തു. ആ ഉണർവ്വിൽ ജക്കരന്ത തൈക്ക് ഒരു പുതിയ ഹരിതപ്രഭാവമുണ്ടായി. ഇരുവർക്കും സന്തോഷമായി.

പതിവായി ഇരിക്കുന്ന ഇരിപ്പിടത്തിലിരുന്നു. അമേലിയ പരാതികളുടെ കെട്ടുകളഴിച്ചു.

“എവിടായിരുന്നു നീ, എത്ര ഭയപ്പെട്ടു ഞാനെന്നറിയാമോ, സാൽവദോർ.....”

“നിനക്കറിയാമല്ലോ അമേലിയ, നിന്നെ കാണുവാൻ എനിക്കാഗ്രഹമില്ലാത്തതുകൊണ്ടാണോ? ഈ ആയുസ്സുമുഴുവൻ നിന്നെ സദാസമയവും കൺമുന്നിൽ കാണുവാനല്ലേ ഞാനീ കഷ്ടപ്പെടുന്നത്.”

“ഇന്നലെ എന്തുപറ്റി?”

“ഞാൻ നിന്നോട് സൂചിപ്പിച്ചിരുന്നല്ലോ അഗസ്റ്റാനോയുടേയും ഇസബെല്ലയുടേയും കാര്യം. അവൻ കഴിഞ്ഞ ദിവസം ഗാന്റിയയിൽ പോയിരുന്നു. ഇസബെല്ലയെ കണ്ടു. അവർ വിവാഹം കഴിക്കാൻ തീരുമാനിച്ചിരുന്നു. ഇസബെല്ലയ്ക്ക് ആകെയുള്ളത് അപ്പനും ജ്യേഷ്ഠനുമാണ്. വ്യാപാരികളായ അവരുടെ കുടുംബം നല്ല സാമ്പത്തിക നിലയിലായതുകൊണ്ട് വിവാഹത്തിന് അവർ സമ്മതിക്കില്ല. അതുകൊണ്ട് അഗസ്റ്റാനോ ഏതുവിധേനയും പണമുണ്ടാക്കാനുള്ള പരിശ്രമത്തിലാണ്. രാവും പകലുമെന്നില്ലാതെ അവൻ ഇപ്പോൾ പണി ചെയ്യുന്നു. പാറമടയിൽ പാറപൊട്ടിക്കുവാൻ പോകും, ചന്തയിൽ ചുമടെടുക്കുവാൻ പോകും രാത്രിയിൽ നിശാക്ലബ്ബുകളിൽ ഭക്ഷണവും മദ്യവും വിളമ്പാനും മറ്റുചിലപ്പോൾ ബോർമ്മകളിൽ പണി ചെയ്യാനുമൊക്കെ പോകും. ചുരുക്കത്തിൽ അവനിപ്പോൾ എന്നോടൊപ്പമില്ല. ദൈവമന്ദിരത്തിൽപോലും. രാത്രിയിൽ തലചായ്ക്കാനാണ് അവൻ വരുന്നത്. അതും ഇപ്പോൾ വിരളം. അതുകൊണ്ട് സഞ്ചാരികളെ കൊണ്ടുവരാനും കൊണ്ടുപോകാനുമൊക്കെ ഞാൻ മാത്രമേയുള്ളു. ഇന്നലെ അതാണ് സംഭവിച്ചത്.”

“പക്ഷേ, അഗസ്റ്റാനോയുടെ കാര്യത്തിൽ എനിക്കു വലിയ ആശങ്കയാണുള്ളത്.” അവൾ പറഞ്ഞു.

സാൽവദോർ ദീർഘമായി നിശ്വസിച്ചു. ഏതോ വലിയ ദുരന്തത്തിലേക്കാണ് അഗസ്റ്റാനോ നീങ്ങുന്നതെന്ന് അവന്റെ മനസ്സ് പലപ്പോഴും മന്ത്രിക്കുന്നുണ്ടായിരുന്നു. പക്ഷേ, അവനീ കാര്യം പറയുമ്പോഴൊക്കെ അഗസ്റ്റാനോ അതിനെ ആത്മവിശ്വാസമില്ലായ്മയും ശുഭപ്രതീക്ഷാരാഹിത്യമായുമൊക്കെ തള്ളിക്കളയും.

“ഒരുപക്ഷേ, അവനായിരിക്കും ശരി. അമേലിയ, നിനക്കറിയാമോ അവൻ ഒരുപാടുയരത്തിൽ പറക്കാനാഗ്രഹിക്കുന്നവനാണ്. ജീവിതത്തിൽ നേരിടേണ്ടിവന്ന ദുരന്തങ്ങളും കഷ്ടപ്പാടുകളും ഇന്ധനമാക്കി തഴച്ചിലുകളിൽനിന്നും ഊർജ്ജമാവാഹിച്ച് അവൻ കുതിച്ചുപറക്കാൻ ശ്രമിക്കുമ്പോൾ നാം തടയുന്നതും ശരിയല്ല.”

“സാൽവദോർ, ഇത് കുട്ടിക്കളിയല്ല. പാളിപ്പോയാൽ ജീവിതം തന്നെ നഷ്ടപ്പെടാവുന്ന ഒരു സാഹസികതയാണ്. അനുവാദമില്ലാതെ അവരുടെ

പ്രവിശ്യയിൽ പ്രവേശിച്ച് പിടിക്കപ്പെട്ടാൽ ജീവിതകാലം മുഴുവൻ ഇരുളറയിൽ കിടക്കുന്ന കാര്യം ഒന്നാലോചിക്കൂ."

സാൽവദോർ ഒന്നും മറുപടി പറഞ്ഞില്ല. അവൻ അതിനെപ്പറ്റി പല തവണ ആലോചിച്ചിട്ടുണ്ട്. കച്ചവടത്തിനായും ജീവിതത്തിന്റെ പച്ചതുരുത്തുതേടിയും ഗാന്റിയയിലേക്കു കടന്ന പല കാർണോവിയക്കാരും പിടിക്കപ്പെട്ടിട്ടുണ്ട്. രാഷ്ട്രീയ ഇടപെടൽകൊണ്ടും വൻ തുക പിഴ നല്കിയുമൊക്കെ ചിലരൊക്കെ രക്ഷപ്പെട്ടിട്ടുണ്ടെങ്കിലും ഇപ്പോഴും തുറങ്കലിൽ അടയ്ക്കപ്പെട്ടവരുണ്ട്. കാര്യം എന്തൊക്കെയാണെങ്കിലും ഒരു പുനർചിന്തയ്ക്ക് അഗസ്റ്റാനോ മുതിരില്ല. പിന്തിരിപ്പിക്കൽ ശ്രമം സുനിശ്ചിതമായ പരാജയമെന്ന് സാൽവദോറിന് ഉറപ്പുമുണ്ട്.

"വരുന്നത് വരുന്നിടത്ത് നേരിടാം." സാൽവദോർ പറഞ്ഞു.

"അങ്ങനെ പറഞ്ഞാൽ പറ്റില്ല. നീ എനിക്കൊരുറപ്പുതരണം."

അവൾ എന്താണ് ചോദിക്കുന്നതെന്നറിയാൻ അവൻ അവളെത്തന്നെ തുറിച്ചുനോക്കി. അവൾ വലതുകൈ അവനു നേരെ നീട്ടി പറഞ്ഞു.

"നീ ഗാന്റിയയിൽ പോകില്ലെന്ന് എനിക്കുവാക്കുതരണം. എനിക്കറിയാം അഗസ്റ്റോനോ നിനക്കേറ്റവും പ്രിയപ്പെട്ടവനെന്ന്. പക്ഷേ, എനിക്കു നീ മാത്രമേയുള്ളൂ സാൽവദോർ.... നീ മാത്രം."

അവളുടെ കണ്ണുകൾ നിറഞ്ഞു. അവൻ അവളുടെ കൈയിലേക്ക് അവന്റെ വലതുകൈ വച്ച് പിന്നീടതുപിടിച്ച് അവളെ അവനിലേക്കടുപ്പിച്ചു. അവളുടെ അലസമായി ചിതറിക്കിടന്ന മൂർദ്ധാവിലെ മുടി തലോടിയൊതുക്കി ഒന്നു ചുംബിച്ചു.

"ഇല്ല, ഒരിക്കലും ഞാൻ പോവില്ല."

സാൽവദോറിന്റെ നെറ്റിയുടെ ഇടതുഭാഗത്തെ പടർന്ന മറുകിൽ അവളും ചുംബിച്ചു.

അമേലിയ അവന്റെ നെഞ്ചിലേക്കു ചെവിയോർത്തുവച്ചു...

"ഓരോ തുടിപ്പിലും കേൾപ്പീലെയോ നിന്റെ

മധുരനാമം പ്രിയേ ഹൃദയതാളം....." അവൻ പാടി. ജക്കരന്തകളിൽ തെക്കൻ കാറ്റ് ആ വരികൾ ഏറ്റുപാടി....

പത്ത്

തിരികെ വീട്ടിലെത്തുമ്പോഴും അമേലിയയുടെ മനസ്സിൽ ആശങ്ക അഗ്നിയായ് എരിയുന്നുണ്ടായിരുന്നു. വലിയ സ്വപ്നങ്ങളൊന്നും ആ കാർണോവിയക്കാരി പെണ്ണിന്റെ മനസ്സിൽ ഒരിക്കലും ഉണ്ടായിട്ടില്ല. സാൽവദോറിനോടൊപ്പമുള്ള ഒരു ചെറിയ ജീവിതത്തിനപ്പുറത്ത് വലിയ വീടോ, പണമോ, ആഡംബരമോ ഒന്നുംതന്നെ അവളുടെ ചിന്തകളിൽ പോലും കടന്നുവന്നിട്ടില്ല. തന്റെ കുടുംബസാഹചര്യവും പിതാവിന്റെ കഷ്ടപ്പാടിന്റെ കഥകളുമെല്ലാം അവളിൽ പ്രായത്തിനതീതമായ ഒരു പക്വത സൃഷ്ടിച്ചിരുന്നു. ജീവിതത്തോടുള്ള ആ പക്വതയുള്ള സമീപനമാണ് സാൽവദോറിനെപ്പോലെ ഒരു നല്ല ചെറുപ്പക്കാരനെ തെരഞ്ഞെടുക്കാൻ അവളെ സഹായിച്ചതും. വിധിയുടെ ക്രൂര തമാശകളിൽ പകച്ചുപോയ ജീവിതത്തിന് സാൽവദോർ പ്രതീക്ഷയും സാന്ത്വനവുമായിരുന്നു.

തോബിയാസിന്റെ പിതാമഹന്മാർ വീരന്മാരായ വേട്ടക്കാരായിരുന്നു. തോബിയാസിന്റെ കാലഘട്ടമെത്തിയതോടെ പാരമ്പര്യതൊഴിൽ ഉപേക്ഷിച്ചു കലയും സംഗീതവുമായി നടന്ന തോബിയാസിനെ സംബന്ധിച്ചിടത്തോളം ആ തൊഴിൽ ക്രൂരവും നിന്ദ്യവുമായിരുന്നു. അമേലിയയുടെ അമ്മ ജൂലിയാനയെക്കണ്ട ഓർമ്മപോലും അവൾക്കില്ലായിരുന്നു. അവളെ പ്രസവിച്ച് അവർ മരണത്തിനു കീഴടങ്ങി. പതിറ്റാണ്ടുകൾക്കുമുൻപ് ജൂലിയാനയും ജൂലിയാനയുടെ പിതാവും മാതാവുമടങ്ങുന്ന കുടുംബം ഫ്രാൻസിലെ ലിയോണിൽനിന്നാണ് കാർണോവിയയിലേക്ക് കുടിയേറി പാർത്തത്. ജൂലിയാനയുടെ പിതാവ് നെപ്പോളിയൻ ബോണപ്പാർട്ടിന്റെ സൈന്യത്തിലെ പടയാളിയായിരുന്നു. നിരവധി വൈദേശികാക്രമണങ്ങളെയും ഗൂഢതന്ത്രങ്ങളെയും നയതന്ത്രജ്ഞതയുടെയും സൈനിക

നൈപുണ്യത്തിന്റെയും മികവിൽ പൊരുതി തോല്പിച്ച നെപ്പോളിയൻ ബോണപ്പാർട്ട് എന്ന യുഗപുരുഷനെ മനസ്സിൽ ദൈവതുല്യം ആരാധിച്ചിരുന്നവരായിരുന്നു ആ കുടുംബം. പലയുദ്ധങ്ങളിലും പങ്കെടുത്ത് പല വിജയങ്ങളും കണ്ട ജൂലിയാനയുടെ പിതാവിന്റെ ജന്മാഭിലാഷംതന്നെ നെപ്പോളിയനെ ലോകചക്രവർത്തിയായി കാണുക എന്നതായിരുന്നു. നെപ്പോളിയന്റെ ഓരോ വിജയത്തിലും അയാൾ ഹൃദയംനിറഞ്ഞ് സന്തോഷിച്ചു. എന്നാൽ നെപ്പോളിയന്റെ കുതിപ്പ് ശത്രുക്കളുടെ കുതന്ത്രങ്ങളിൽ തടയപ്പെട്ടു. അയൽ രാജ്യങ്ങളുടെ സൈന്യങ്ങൾ രാജ്യതലസ്ഥാനം തന്നെ വളഞ്ഞു. നെപ്പോളിയൻ ശക്തമായ യുദ്ധ നൈപുണ്യത്തിൽ പ്രതിരോധം തീർത്തെങ്കിലും അവസാനം അടിയറവ് പറയേണ്ടി വന്നു. അങ്ങനെ എൽബാദ്വീപിലേക്കു നെപ്പോളിയൻ നാടുകടത്തപ്പെട്ടപ്പോൾ തകർന്നടിഞ്ഞത് ഒരു രാജ്യത്തിന്റെ തന്നെ സ്വപ്നങ്ങളും ആത്മാഭിമാനവുമായിരുന്നു.

പക്ഷേ, അത് എല്ലാത്തിന്റെയും അവസാനമായിരുന്നില്ല. നെപ്പോളിയൻ സർവ്വശക്തിയും സംഭരിച്ച് അമാനുഷിക വൈഭവത്തോടെ എൽബാദ്വീപിന്റെ തടവറയെ തകർത്തെറിഞ്ഞ് വീണ്ടും ഫ്രാൻസിലെത്തി. ഒരു ജനതമുഴുവൻ ആ തിരിച്ചുവരവിനായി കാത്തിരിക്കുകയായിരുന്നു, ജൂലിയാനയുടെ പിതാവും. അവർ ഒന്നടങ്കം നെപ്പോളിയനു പിന്നിൽ അണിനിരന്നു. അങ്ങനെ വീണ്ടും നെപ്പോളിയന്റെ സൈന്യം സജ്ജമായി. പതിനായിരക്കണക്കിന് സൈനികരടങ്ങുന്ന ആ മഹാസേനയിൽ അയാളും ഉണ്ടായിരുന്നു. നെപ്പോളിയന്റെ പ്രത്യാക്രമണങ്ങളിൽ ശത്രുസൈന്യം മുട്ടുകുത്തി. വാട്ടർലൂവിൽ താവളമടിച്ച ശത്രു സൈന്യത്തെക്കൂടി വകവരുത്താൻ നെപ്പോളിയൻ പുറപ്പെട്ടപ്പോൾ പൊതു ശത്രുവിനെ തകർക്കാൻ എതിരാളികളെല്ലാം കൈകോർത്തു. വാട്ടർലൂവിൽ നെപ്പോളിയന്റെ തന്ത്രങ്ങൾ പിഴച്ചു. ബന്ധനസ്ഥനാക്കപ്പെട്ട നെപ്പോളിയൻ ഹെലീന ദ്വീപിലേക്ക് നാടുകടത്തപ്പെട്ടു. അങ്ങനെ ആ അദ്ധ്യായം അവിടെ അവസാനിച്ചു.

നെപ്പോളിയന്റെ പതനം ഒരു രാജ്യത്തിന്റെ തന്നെ പതനമായി മാറി. നെപ്പോളിയന്റെ സൈന്യം ഛിന്നഭിന്നമാക്കപ്പെട്ടു. നെപ്പോളിയന്റെ പതനത്തിനുശേഷം ജൂലിയാനയുടെ പിതാവ് ലയോണിലുള്ള സിൽക്ക് ഫാക്ടറിയിൽ തൊഴിലാളിയായി. എന്നാൽ കുറഞ്ഞ വേതനം തൊഴിലാളികളെ ഒരു സമരത്തിലേക്ക് നയിച്ചു. മോശമായ തൊഴിൽ സാഹചര്യത്തോടും കുറഞ്ഞ വേതനത്തോടുമെല്ലാം അയാൾക്കുമെതിർപ്പുണ്ടായിരുന്നെങ്കിലും ഒരു പ്രക്ഷോഭത്തോട് യോജിപ്പുണ്ടായിരുന്നില്ല. സമരം കലാപമായി മാറാൻ താമസമുണ്ടായില്ല. സർവ്വശക്തിയുമുപയോഗിച്ചാണ് കലാപം അടിച്ചമർത്താൻ ഗവൺമെന്റ് തീരുമാനിച്ചത്. അങ്ങനെ ഭാര്യയോടും ഒരു വയസ്സുള്ള മകൾ ജൂലിയാനയോടുമൊപ്പം അയാൾ കാർണോവിയയിലേക്കു കടന്നു. അങ്ങനെ ആൽപ്പ്സ് പർവ്വതത്തിന്

താഴ്വാരത്ത് ഒരു ചെറിയ ആട് ഫാം തുടങ്ങി. അങ്ങനെ അയാൾ തന്റെ കഠിനാദ്ധ്വാനംകൊണ്ട് ജീവിതം മെച്ചപ്പെടുത്തി. വെടിയൊച്ചകളും കലാപ ആരവങ്ങളും ഒന്നുമില്ലാത്ത കാർണോവിയയുടെ അന്തരീക്ഷം അയാൾ ഇഷ്ടപ്പെട്ടു. കാലങ്ങൾ കടന്നു. യൗവനത്തിലേക്കു കടന്ന മകൾ ജൂലിയാനയെ നല്ലൊരുവന്റെ കരങ്ങളിൽ ഏല്പിക്കുവാൻ അയാൾ ആഗ്രഹിച്ചു. ആ അന്വേഷണം ചെന്നെത്തിയത് തോബിയാസിലാണ്. ചെറുപ്പത്തിൽ പിതാവിന്റെ കൂടെ വേട്ടയ്ക്കെത്തുന്ന തോബിയാസ് താഴ്വാരത്ത് ജൂലിയാനയുടെ പിതാവിനൊപ്പം ആടുകളെ പരിപാലിക്കാനാണ് കൂടുതൽ ഇഷ്ടപ്പെട്ടത്. തോബിയാസിന്റെ മനസ്സ് അവന്റെ പിതാവിന് നന്നായി അറിയാമായിരുന്നു. പിതാവിന്റെ മരണശേഷം വേട്ട അവസാനിപ്പിച്ചു. എങ്കിലും തോബിയാസ് ജൂലിയാനയുടെ വീട്ടിലെ സന്ദർശകനായിരുന്നു. തോബിയാസിന് ജൂലിയാനയോട് തീവ്രപ്രണയമായിരുന്നു. ജൂലിയാനയ്ക്ക് തിരിച്ചും. ഇരുവരും ചേർന്ന് കാർണോവിയയിൽ ജക്കരന്തതൈകൾ പലയിടങ്ങളിൽ നട്ടിരുന്നു. ഇരുവരുടെയും പ്രണയം അറിയാമായിരുന്ന അവളുടെ പിതാവ് അവളുടെ വിവാഹം നടത്തിക്കൊടുത്തു.

വിവാഹശേഷം ജൂലിയാന-തോബിയാസ് ദമ്പതികൾ ഹെൻറിസ് തെരുവിലുള്ള തോബിയാസിന്റെ ഭവനത്തിലേക്ക് താമസംമാറി. ലിയോണിൽനിന്നു കാർണോവിയയിലേക്ക് ചേക്കേറിയിട്ട് ഇരുപത് വർഷം കഴിഞ്ഞെങ്കിലും നെപ്പോളിയനെപ്പറ്റിയുള്ള ഓർമ്മകൾ ആ കുടുംബം സജീവമായി നിലനിർത്തിയിരുന്നു. നെപ്പോളിയന്റെ വീരകഥകൾ ജൂലിയാനയ്ക്ക് അവളുടെ പിതാവ് പറഞ്ഞുകൊടുക്കുമായിരുന്നു. ആ കഥകളും അനുഭവസാക്ഷ്യവും അവളിലും നെപ്പോളിയനോടുള്ള കടുത്ത ആരാധന സൃഷ്ടിച്ചിരുന്നു. അങ്ങനെയാണ് അവരുടെ ആദ്യത്തെ കുഞ്ഞിന് ജോസഫൈൻ എന്നവർ പേര് നല്കുന്നത്. ജൂലിയാന കണ്ടെത്തിയ ആ പേരിനോട് തോബിയാസിനും വിയോജിപ്പുണ്ടായില്ല. കാരണം യുദ്ധവീരനായ മഹാനായ നെപ്പോളിയന്റെ വീരകഥകളെപ്പോലെത്തന്നെ ജൂലിയാന പറഞ്ഞുതന്ന അദ്ദേഹത്തിന്റെ പ്രണയകഥയും തോബിയാസിനെ ആകർഷിച്ചിരുന്നു.

മഹാവിപ്ലവത്തിന്റെ കാലഘട്ടത്തിലാണ് നെപ്പോളിയൻ ജോസഫൈനെ കാണുന്നത്. വിപ്ലവത്തെ അടിച്ചമർത്താൻ രാജാധിപത്യം സർവ്വശക്തിയുമുപയോഗിച്ച് ശ്രമിച്ചു. ജോസഫൈന്റെ ഭർത്താവും ആ കാട്ടാള നീതിയിൽ *ഗില്ലറ്റിനാൽ വധിക്കപ്പെട്ടു. വിധവയായ ജോസഫൈനെയും അവർ വെറുതെവിട്ടില്ല. അവർ അവളേയും തടവിലാക്കി. തടവിൽനിന്നും മോചിപ്പിക്കപ്പെട്ട ജോസഫൈനെ നെപ്പോളിയൻ ഒരിക്കൽ കാണാൻ ഇടവരുകയും അവളിൽ ആകൃഷ്ടനാകുകയും ചെയ്തു.

* ഗില്ലറ്റിൻ - വധശിക്ഷ നടപ്പിലാക്കാൻ ഉപയോഗിച്ചിരുന്ന യന്ത്രം

ജോസഫൈന്റെ വാക്കുകൾ പകരുന്ന ആത്മവിശ്വാസത്തിന്റെ അതുല്യ പ്രവാഹം അയാളിൽ പുതിയ ഉണർവ്വ് ഉണ്ടാക്കി. ആ ഊർജ്ജപ്രവാഹം ലോകം മുഴുവൻ വെട്ടിപ്പിടിക്കാനുള്ള തന്റെ ഇച്ഛാശക്തിക്ക് ഇന്ധനമായി വർത്തിക്കുമെന്നയാൾക്ക് ഉറപ്പുണ്ടായിരുന്നു. ഒരിക്കൽ നെപ്പോളിയൻ ജോസഫൈനോട് പറഞ്ഞു.

"പ്രിയേ, ആത്മവീര്യം പകരുന്ന നിന്റെ മുഖം എന്റെ മനസ്സിൽ നിറയുകയാണ് അപ്പോൾ അതൊരു ലഹരിയായി പടർന്ന് എന്റെ ധിഷണ ശക്തിയെപ്പോലും മരവിപ്പിച്ചു കളയുന്നു."

നെപ്പോളിയന്റെ സ്നേഹത്തിന് മുൻപിൽ ജോസഫൈന് മുട്ടുമടക്കേണ്ടി വന്നു. പ്രതീക്ഷിച്ചതുപോലെ തന്നെ ജോസഫൈന്റെ സാന്നിദ്ധ്യം അയാളിൽ മഹത്തായ ഒരു ഊർജ്ജം ഉത്സർജ്ജിച്ചു. പടനിലത്തിൽ പോരാടുന്ന ഭർത്താവിനുവേണ്ടിയുള്ള അവളുടെ പ്രാർത്ഥനകൂടി ആയപ്പോൾ എതിരാളികളെ മുട്ടുകുത്തിക്കാനും പ്രദേശങ്ങൾ ഒന്നൊന്നായി വെട്ടിപ്പിടിക്കാനും നെപ്പോളിയനു പ്രയാസം ഉണ്ടായില്ല. നെപ്പോളിയന്റെ പോരാട്ടവീര്യത്തിനുമുൻപിൽ അയൽ രാജ്യങ്ങൾ പകച്ചുനിന്നു. പ്രക്ഷുബ്ധമായ യുദ്ധമുഖങ്ങളിൽ വച്ചുപോലും നെപ്പോളിയൻ തന്റെ പ്രിയതമയ്ക്ക് പ്രണയാക്ഷരങ്ങൾ കുറിച്ചു. ആ കത്തുകൾ പോരാട്ട ചരിത്രത്തിനുപോലും പിന്നീട് പ്രണയത്തിന്റെ മാധുര്യം പകർന്നു.

പക്ഷേ, നെപ്പോളിയന്റെ വിവാഹത്തോട് യോജിപ്പില്ലാതിരുന്നവർ അദ്ദേഹത്തിന്റെ കുടുംബത്തിൽത്തന്നെ ഉണ്ടായിരുന്നു. വിധവയെന്നും പ്രായത്തിൽ നെപ്പോളിയനേക്കാൾ കൂടുതലെന്നുമൊക്കെയുള്ള അവരുടെ വാദങ്ങൾ നെപ്പോളിയൻ പണ്ടേ തള്ളിക്കളഞ്ഞിരുന്നു. പ്രായമോ വൈധവ്യമോ ഒന്നുമല്ല പ്രണയം. പ്രണയിനികളിൽ സൃഷ്ടിക്കുന്ന പ്രസരിപ്പിന്റെയും പ്രപഞ്ചവീക്ഷണത്തിന്റെയും പ്രകാശത്തിന്റെയും പ്രവാഹം ഇതിനെയെല്ലാം ശിഥിലമാക്കുന്നുവെന്ന് അയാൾക്ക് അറിയാമായിരുന്നു. അതിന്റെ അതുല്യ പ്രതിഫലം യുദ്ധമുഖങ്ങളിൽ നേരിട്ടനുഭവിച്ചതുമാണ്. എന്നാൽ വിവാഹം കഴിഞ്ഞ് വർഷങ്ങൾ കഴിഞ്ഞിട്ടും ഒരു കുഞ്ഞിനു ജന്മം നല്കാൻ ജോസഫൈനു ആയില്ല. ഈ സന്ദർഭം വിവാഹ വിരുദ്ധ ഉപജാപകസംഘത്തിന് ശക്തി പകർന്നു. ചക്രവർത്തിക്കു പിൻഗാമിയില്ലെങ്കിൽ മഹത്തായ ഒരു സാമ്രാജ്യം ചരിത്രത്തിൽനിന്നും ലോകഭൂപടത്തിൽനിന്നും ഇല്ലാതാകും എന്നവർ പറഞ്ഞു. ജോസഫൈന് മാനസിക സംഘർഷത്തിനുള്ള കാരണമായി അതുതീർന്നു. ഒടുവിൽ അവർ പിരിയാൻ തീരുമാനിച്ചു. പുതിയൊരു വിവാഹം എല്ലാറ്റിനും പരിഹാരമാവട്ടെ എന്ന് ജോസഫൈനും കരുതി. നെപ്പോളിയൻ ആസ്ട്രിയക്കാരിയായ മേരിയെ വിവാഹം കഴിച്ചു. അങ്ങനെ ജോസഫൈൻ വേദനയോടെ നെപ്പോളിയനോട് വിട പറഞ്ഞു. പ്രീയതമൻ തനിക്കു സമ്മാനിച്ച എല്ലാ വിലപിടിപ്പുള്ള സമ്മാനങ്ങളും അവൾ കൊട്ടാരത്തിലുപേക്ഷിച്ചു. ഒന്നൊഴികെ, പ്രാണനാഥൻ പ്രണയ

പരവശനായി ഏതോ രാവിൽ അവൾക്കു സമ്മാനിച്ച ഇന്ദ്രനീലവും വജ്രവും പതിപ്പിച്ച ഒരു മോതിരം.

എന്നാൽ ജോസഫൈന്റെ അസാന്നിദ്ധ്യം നെപ്പോളിയനിൽ സൃഷ്ടിച്ച ആഘാതം വളരെ വലുതായിരുന്നു. ശക്തമായ സൈന്യമുണ്ടായിട്ടു കൂടി ആ പിന്തുണയുടെയും പ്രാർത്ഥനയുടെയും അഭാവം അയാളെ തളർത്തി. യുദ്ധമുഖങ്ങളിൽ അടിപതറി. യുദ്ധങ്ങൾ ഓരോന്നായി ദയനീയ പരാജയമായി. ഏറ്റവുമൊടുവിൽ സർവ്വവും നഷ്ടപ്പെട്ട് എൽബാദ്വീപിലേക്ക് നാടുകടത്തപ്പെട്ടു. നെപ്പോളിയന്റെ ദുരവസ്ഥ ജോസഫൈനേയും തകർത്തുകളഞ്ഞു. പ്രിയതമന്റെ പരാജയം മാനസികമായി അവളെ തളർത്തി. നെപ്പോളിയനെ കാണാനും ആ തകർച്ചയിൽ താങ്ങായി മാറാനും അവൾ ആഗ്രഹിച്ചു. അധികാരവും ആഡംബരങ്ങളുമൊന്നുമല്ല നെപ്പോളിയന്റെ പ്രണയം മാത്രമാണവൾ ആഗ്രഹിച്ചത്. ഇതിനിടയിൽ മേരി ഭർത്താവിനെ ഉപേക്ഷിച്ചുപോയിരുന്നു. ജോസഫൈന്റെ സ്നേഹത്തിന്റെ ആഴം അറിഞ്ഞ നെപ്പോളിയന് ശത്രുക്കളുടെ പ്രതിരോധത്തെ തകർക്കാനും എൽബാദ്വീപിന്റെ ജല സീമകളെ കീറിമുറിക്കാനും ആത്മവിശ്വാസം കിട്ടി. അങ്ങനെ വീണ്ടും ശക്തമായ പ്രത്യാക്രമണവുമായി നെപ്പോളിയൻ യുദ്ധമുഖത്തേക്കുവന്നു. പക്ഷേ, വാട്ടർലൂവിൽ വീണ്ടും കാലിടറി. പക്ഷേ, പ്രിയതമന്റെ മഹാപരാജയം കാണുന്നതിനുമുൻപ് തന്നെ ജോസഫൈൻ ഇഹലോകവാസം വെടിഞ്ഞിരുന്നു. ഹെലന ദ്വീപിൽ തടവിലാക്കപ്പെട്ട നെപ്പോളിയൻ ഉദരാർബ്ബുദംമൂലം മരണമടഞ്ഞു. മരണശയ്യയിൽ പോലും നെപ്പോളിയൻ അവസാനമായി പറഞ്ഞവാക്ക് ജോസഫൈൻ, ജോസഫൈൻ എന്നായിരുന്നു.

ആ ജോസഫൈന്റെ നാമത്തിൽ തന്റെ മകൾ അറിയപ്പെടുന്നതിൽ തോബിയാസിന് സന്തോഷവും അഭിമാനവുമായിരുന്നു. ഒരു കാർണോവിയക്കാരനെ സംബന്ധിച്ചിടത്തോളം പ്രണയം ജീവന്റെ ഭാഗം തന്നെയാണല്ലോ. പക്ഷേ, ആ സന്തോഷത്തിന് ഒരുപാട് ആയുസ്സുണ്ടായില്ല. അക്കാലത്ത് നാട്ടിലാകെ വ്യാപിച്ച കോളറ ജോസഫൈന്റെ ജീവനും കവർന്നു. അങ്ങനെ പത്താം വയസ്സിൽ നീലക്കണ്ണുള്ള ആ കൊച്ചുസുന്ദരി തോബിയാസിനെയും ജൂലിയാനയെയും ദുഃഖത്തിന്റെ കരങ്ങളിലേല്പിച്ച് അകലങ്ങളിലേക്കു പറന്നകന്നു. മകളുടെ മരണത്തോടെ ജൂലിയാന നിത്യരോഗിയായി മാറി. ഒരു കുഞ്ഞിനുകൂടി ജന്മം നല്കണമെന്ന അവളുടെ ആഗ്രഹം അഞ്ചുവർഷത്തിനുശേഷമാണ് യാഥാർത്ഥ്യമായത്. പക്ഷേ, ആ കുഞ്ഞിനെ ഒരു നോക്കുപോലും കാണാനാവാതെ പ്രസവത്തോടെ ജൂലിയാനയും മരണത്തിനു കീഴടങ്ങി. വിധിയുടെ ക്രൂരതയിൽ പകച്ചുപോയ തോബിയാസ് മനോനില വീണ്ടെടുക്കാൻ തന്നെ വളരെ സമയമെടുത്തു. അമേലിയയ്ക്കു ഒരമ്മയുടെയും അച്ഛന്റെയും സ്നേഹം നല്കി തോബിയാസ് അവളെ വളർത്തി. തനിക്കിഷ്ടപ്പെട്ടതെല്ലാം വിധി

ക്രൂരമായി തട്ടിയെടുത്തിട്ടും അയാളെ ജീവിക്കാൻ പ്രേരിപ്പിച്ചത് അമേലിയയെപ്പറ്റിയുള്ള ചിന്തയായിരുന്നു. തന്റെ പിതാവിന്റെ ജീവിതാനുഭവങ്ങളും സ്വന്തം ജീവിതപശ്ചാത്തലവുമൊക്കെ അവളിൽ കരുത്തും നന്മയുമുള്ള വ്യക്തിത്വം രൂപപ്പെടുത്തിയിരുന്നു. പക്ഷേ, വിധിയുടെ ക്രൂരതമാശകൾ ആവർത്തിക്കപ്പെട്ട് അതിൽ സാൽവദോറും തനിക്ക് നഷ്ടമാകുമോ എന്നവൾ ഭയപ്പെട്ടു.

അവൾ പതിവുപോലെ *ബൈബിൾ* തുറന്നു. റോമ ഒൻപതാം അദ്ധ്യായം പതിനാറാം വാക്യം കണ്ണുകളിലുടക്കി.

'അതുകൊണ്ട് മനുഷ്യന്റെ ആഗ്രഹമോ പ്രയത്നമോ അല്ല ദൈവത്തിന്റെ ദയയാണ് എല്ലാറ്റിനും അടിസ്ഥാനം.'

പതിനൊന്ന്

ഇസബെല്ലയോടുള്ള പ്രണയം തലയ്ക്കുപിടിച്ചശേഷം അഗസ്റ്റാനോയുടെ മാനസിക വ്യാപാരങ്ങളെല്ലാം അപ്പാടെ മാറിപ്പോയിരുന്നു. സ്വതവേ പണി ചെയ്യാൻ മടിയുള്ള കൂട്ടത്തിലായിരുന്ന അഗസ്റ്റാനോ രാവെന്നോ പകലെന്നോ വ്യത്യാസമില്ലാതെ അദ്ധ്വാനിക്കുന്നു. പ്രണയം അവനിൽ ഭ്രാന്തമായ ഉത്തരവാദിത്വബോധമാണുണ്ടാക്കിയത്. ആ ബോധത്തിൽ അവന്റെ ഉറക്കം തന്നെ നഷ്ടപ്പെട്ടു. അനാഥത്വവും സാമൂഹ്യവ്യവസ്ഥയോടുള്ള നിര്യാതന ബുദ്ധിയും എല്ലാംകൂടി ആയപ്പോൾ അവന് വാശിയേറി. പകൽ സമയങ്ങളിൽ കഠിന ജോലികൾ ചെയ്തു. വലിയ പാറമടകളിലും ഫാക്ടറികളിലും തൊഴിലാളിയായി. രാത്രികാലങ്ങളിൽ ബോർമ്മയിലും നെയ്ത്തുശാലകളിലും സഹായിയായിക്കൂടി. വളരെ വിരളമായി മാത്രമേ ദൈവമന്ദിരത്തിൽ വരികയുള്ളു. സാൽവദോറിനോടൊപ്പം ചെലവഴിക്കുന്ന സമയത്തിൽപോലും അവൻ പിശുക്കു കാട്ടുന്നത് ഇസബെല്ലയോടൊപ്പമുള്ള ഒരു ജീവിതം അവൻ അത്രത്തോളം ആഗ്രഹിച്ചിട്ടാണെന്ന് സാൽവദോറിനും അറിയാമായിരുന്നു. പ്രണയം വ്യക്തികളിൽ രണ്ടു രീതിയിലാണല്ലോ പ്രതിഫലിക്കുന്നത്. ഒന്ന് ആലസ്യത്തിന്റെ മടിയിൽ ശയിച്ച്, സർവ്വമോഹങ്ങളും ലക്ഷ്യങ്ങളും വേരു പിഴുതു കളയുന്ന രൂപത്തിലെങ്കിൽ മറ്റൊന്ന് സ്വപ്നങ്ങളെ തട്ടിയുണർത്തി ലക്ഷ്യങ്ങൾക്ക് മൂർച്ചകൂട്ടി ക്രിയാത്മകമായ ഒരു കുതിപ്പായി മാറുന്നതാണ്. അഗസ്റ്റാനോ കുതിക്കുകയാണ് അവന്റെ ലക്ഷ്യത്തിലേക്ക്.

ആ ദിവസം സഞ്ചാരികളുമായി റാക്കോണയിൽ സാൽവദോർ എത്തുമ്പോൾ അഗസ്റ്റാനോ അവിടെ നില്പുണ്ടായിരുന്നു. വെളുത്ത് തുടുത്തിരുന്ന ആ ശരീരം മെലിഞ്ഞ് ഇരുണ്ടതായി കണ്ടപ്പോൾ സാൽവദോറിന് സങ്കടമായി. അവർ പരസ്പരം കണ്ടിട്ട് ഒരാഴ്ച കഴിഞ്ഞിരുന്നു.

"അഗസ്റ്റാനോ, എന്തു രൂപമാണിത്. നീ ഭക്ഷണമൊന്നും കഴിക്കുന്നില്ലേ."

സാൽവദോറിന്റെ ചോദ്യത്തിന് ഉള്ളുതുറന്ന ഒരു ചിരിയായിരുന്നു അഗസ്റ്റാനോയുടെ മറുപടി. വളരെ നാളുകൾക്കുശേഷമായിരുന്നു അത്തരത്തിലൊരു ചിരി അഗസ്റ്റാനോയുടെ മുഖത്ത് ഉദിച്ചത്. ആ ചിരിയിൽ എല്ലാമടങ്ങിയിരുന്നു, തന്റെ കഷ്ടപ്പാടിന്റെ തീവ്രതയും ലക്ഷ്യത്തിന്റെ ആഴവും.

"നീ എന്തേ ദൈവമന്ദിരത്തിലേക്ക് ഇപ്പോൾ വരാത്തത്."

"എങ്ങനെയെങ്കിലും പകൽ ചെലവഴിച്ചശേഷം രാത്രി ഉറങ്ങാൻ വേണ്ടി മാത്രമായിരുന്നല്ലോ എനിക്ക് ദൈവമന്ദിരം. ഇപ്പോൾ അതും നടക്കാത്തതുകൊണ്ട് അങ്ങോട്ടേക്കു വരേണ്ട കാര്യമുണ്ടോ സാൽവദോർ."

"എത്ര നിസ്സാരമായാണ് നീ ബന്ധങ്ങളെ വെട്ടിമാറ്റുന്നത്." സാൽവദോറിന്റെ മറുപടിയിൽ അഗസ്റ്റാനോയുടെ കണ്ണുകൾ നിറഞ്ഞു. ഈറനണിഞ്ഞ കണ്ണുകളോടെ അവൻ പറഞ്ഞു.

"ഒരിക്കലുമില്ല. ബന്ധങ്ങൾ ഭാരമെന്നറിഞ്ഞ മാതാപിതാക്കളുടെ മക്കളാണല്ലോ നമ്മൾ. ആ ചിന്ത തരുന്ന ബന്ധനം ദൈവമന്ദിരത്തിൽ കഴിയുമ്പോൾ മുറുകുകയാണ്. ചിലപ്പോൾ ആ ബോധം എന്നെ വലിഞ്ഞുമുറുക്കി ശ്വാസം മുട്ടിക്കുന്നു. അവിടെ എന്റെ ആശ്വാസം നീ ആയിരുന്നു. നീ മാത്രം. നീ എനിക്ക് സഹോദരനാണ്. നിന്നോടുള്ള സ്നേഹവും കടപ്പാടും തീരണമെങ്കിൽ ഈ അഗസ്റ്റാനോ മരിക്കണം."

സാൽവദോർ നിശ്ശബ്ദമായി അവന്റെ കണ്ണുകളെ വീക്ഷിക്കുകയായിരുന്നു. അതിൽനിന്നും വരുന്ന പ്രകാശം നിശ്ചയദാർഢ്യത്തിന്റെ ഉലയിൽ രൂപംകൊണ്ടതാണെന്ന് അവന് തോന്നി. സഞ്ചാരികൾ റാക്കോണയുടെ സൗന്ദര്യം ആസ്വദിച്ച് മുന്നോട്ട് നടന്നുനീങ്ങി. അവർക്കൊപ്പം പള്ളിസൂക്ഷിപ്പുകാരൻ പയ്യനും ചേർന്നു. സാൽവദോറും അഗസ്റ്റാനോയും ഒരു ജക്കരന്തയുടെ ചുവട്ടിലിരുന്നു. നിലത്തുവീണ പൂക്കൾ എടുത്ത് അഗസ്റ്റാനോ മണത്തുകൊണ്ടിരുന്നു. അതിന്റെ സൗരഭം സാൽവദോറിന്റെ ശ്വസനത്തിനും പുതുഉണർവ്വേകി. താഴെ കാർണോവിയ തീർത്ത വയലറ്റ് മാസ്മരികതയിൽ കുറച്ചുനേരം അവർ മുഴുകി.

"എന്താ നിന്റെ ഉദ്ദേശ്യം" - സാൽവദോർ ചോദിച്ചു.

"ഉദ്ദേശ്യം ഇസബെല്ല തന്നെ. അവളുമായൊരു ജീവിതം തന്നെ."

"നിന്റെ ഈ അദ്ധ്വാനം അത് സാദ്ധ്യമാക്കും എന്ന് നീ കരുതുന്നുണ്ടോ അഗസ്റ്റാനോ."

"തീർച്ചയായും."

"നല്ലത്, ആത്മവിശ്വാസം യാഥാർത്ഥ്യങ്ങളുമായി പൊരുത്തപ്പെടുമ്പോഴാണ് വിജയങ്ങളുണ്ടാകുന്നത്."

"അതു ശരിതന്നെ. യാഥാർത്ഥ്യങ്ങളുമായി പൊരുത്തപ്പെടാൻ കഴിയാത്ത ഒരാളുടെ ആത്മവിശ്വാസം മഹാവിജയങ്ങൾ സൃഷ്ടിക്കുമെന്നും മനസ്സിലാക്കുക."

"ഇസബെല്ലയുടെ കുടുംബവുമായി ഒരു ബന്ധം സ്ഥാപിക്കാമെന്ന് നീ കരുതുന്നുണ്ടോ?"

"തീർച്ചയായും. അതിനുള്ള ഏകവഴി പണമാണ്. സാൽവദോർ, നിനക്കറിയാമല്ലോ അവളുടെ പിതാവും സഹോദരനും കച്ചവടക്കാരാണെന്ന്. കഴിഞ്ഞ തവണ ഗാന്റിയ യാത്രയിൽ ഞാൻ മനസ്സിലാക്കിയ ചില കാര്യങ്ങളുണ്ട്. അതിൽ ഒന്ന് പണം ജീവിതത്തെ എത്രയധികം സ്വാധീനിക്കുന്നു എന്നുള്ളതാണ്. എല്ലാം പണത്തിന്റെ അടിസ്ഥാനത്തിൽ അളക്കുന്ന ഈ ലോകത്ത് കച്ചവടക്കാരായ അവളുടെ പിതാവും സഹോദരനും എന്നെയും അളക്കുന്നത് പണത്തിന്റെ ത്രാസിലാവും, ഉറപ്പ്. പണം വേണം. സമ്പാദിക്കണം. പണമാണ് എല്ലാറ്റിന്റെയും അടിസ്ഥാനം." അഗസ്റ്റാനോയെ ആശ്ചര്യത്തോടെ സാൽവദോർ കേട്ടുകൊണ്ടിരുന്നു. "എനിക്കു നാളെ ഗാന്റിയയിലേക്കു പോകണം. ഇസബെല്ലയെക്കണ്ട് ഭാവി കാര്യങ്ങൾ തീരുമാനിക്കണം."

"നാളെ പുലർച്ചെ തന്നെ ഇവിടുന്ന് തിരിക്കണം."

"എങ്കിൽ ഡാനിയെകൂട്ടിക്കൊണ്ടു പൊയ്ക്കോളൂ." അഗസ്റ്റാനോ ഒന്നു മൂളി. അന്ന് വൈകുന്നേരം അഗസ്റ്റാനോ ദൈവമന്ദിരത്തിലെത്തി. സാൽവദോറിനൊപ്പം പഴയ കഥകൾ പറഞ്ഞും സ്വപ്നങ്ങൾ പങ്കുവച്ചും ആ രാത്രി ചെലവഴിച്ചു. പുലർച്ചെ തന്നെ ഗാന്റിയയിലേക്ക് ഡാനിയോടൊപ്പം യാത്ര തിരിച്ചു. പോകുന്നതിന് മുൻപ് ഡാനിയുടെ നെറ്റിയിൽ ചുംബിച്ചുകൊണ്ട് സാൽവദോർ അവനെ ഓർമ്മപ്പെടുത്തി.

"യാത്രയിലുടനീളം അഗസ്റ്റാനോയെ അനുസരിക്കുന്ന നല്ല കുട്ടിയായിരിക്കണം."

ഒരു മുരളലോടെ ഡാനി സമ്മതിക്കുകയും ചെയ്തു.

പന്ത്രണ്ട്

പിറ്റേദിവസം പുലർച്ചെയാണ് അഗസ്റ്റാനോ തിരിച്ചെത്തിയത്. ഡാനി നന്നേ ക്ഷീണിച്ചവശനായിരുന്നു. സാൽവദോർ ഒരു പാത്രം നിറയെ ഓട്സും ഉണങ്ങിയ പുല്ലും അവന് നല്കി, യാത്രയുടെ വിശേഷങ്ങൾ അറിയാൻ സാൽവദോർ അഗസ്റ്റാനോയൊടൊപ്പം നടക്കാനിറങ്ങി.

"ഇസബെല്ല സുഖമായിരിക്കുന്നുവോ" സാൽവദോർ ചോദിച്ചു.

"എനിക്ക് ഒരുപാട് നിന്നോട് പറയുവാനുണ്ട്."

സാൽവദോർ ആകാംക്ഷയോടെ അവനെ നോക്കി.

"ഇസബെല്ല ഒരു ജൂതപ്പെൺകുട്ടിയാണ്."

അഗസ്റ്റാനോയുടെ വാക്കുകൾ സാൽവദോറിനെ ഞെട്ടിച്ചു കളഞ്ഞു. ജൂതവിരോധം മതബോധത്തോടൊപ്പം അലിഞ്ഞുചേർന്നിരുന്നു കാർണോവിയക്കാരിൽ. പണ്ട് ഒരു ജൂതപ്പള്ളി ഉണ്ടായിരുന്നെന്നും അത് തകർക്കപ്പെട്ടെന്നും ന്യൂനപക്ഷമായിരുന്ന ജൂതന്മാർ വർഷങ്ങൾക്കുമുൻപ് കാർണോവിയയിൽനിന്നും പലായനം ചെയ്തതായും അവർ കേട്ടിട്ടുണ്ട് വേദപാഠക്ലാസുകളിലാണ് സാൽവദോർ ജൂതമതത്തെപ്പറ്റി ആദ്യമായി കേൾക്കുന്നത്. മൂന്നു വർഷങ്ങൾക്കുമുൻപ് മരണമടഞ്ഞ ദൈവമന്ദിരത്തിലെ വലിയ പുരോഹിതൻ യാക്കൂബച്ചൻ പറഞ്ഞ കാര്യങ്ങളും അവന്റെ മനസ്സിലൂടെ കടന്നുപോയി.

അബ്രഹാമിക മതങ്ങളിൽ ഉൽകൃഷ്ടമായത് തങ്ങളുടേതാണെന്നും ദൈവത്താൽ തെരഞ്ഞെടുക്കപ്പെട്ട വിശുദ്ധ ജനമാണ് തങ്ങളെന്നുമുള്ള വിശ്വാസമാണ് യഹൂദരെ നയിക്കുന്നതത്രെ. "തനക്ക്" എന്ന *എബ്രായ ബൈബിൾ* അടിസ്ഥാനശിലയായി ജീവിതത്തിൽ കരുതിപോരുന്നവരാണവർ. ദാവീദ് രാജാവിന്റെയും മകൻ സോളമന്റെയും കഥകൾ സാൽവദോറിന്റെ മനസ്സിലൂടെ ഓടി മറഞ്ഞു. ഏശയ്യാ ജെറാമിയ, എസ

ക്കിയേൽ തുടങ്ങി പതിനഞ്ച് പ്രവാചകന്മാരുടെ അരുളപ്പാടുകൾ അടങ്ങിയ *എബ്രായ ബൈബിൾ* സാൽവദോർ എവിടെയോ കണ്ടിട്ടുള്ളതായി ഓർമ്മിച്ചു. പക്ഷേ, അതെവിടെയെന്ന് അവന് ഓർത്തെടുക്കാൻ കഴിഞ്ഞില്ല. ഒരു കാര്യം സാൽവദോറിന് കൃത്യമായി അറിയാമായിരുന്നു. ഒരു കാലത്ത് പ്രബലമായിരുന്ന ജൂതർ കാലത്തിന്റെ തേരോട്ടത്തിൽ പാർശ്വവല്ക്കരിക്കപ്പെട്ടവരാണ്. ക്രിസ്തുസന്ദേശത്തെ നിരാകരിച്ചവരാണവരെന്നും *തോറ**യ്ക്കു ബദൽ സുവിശേഷമാണെന്നും വലിയ പുരോഹിതർ പറഞ്ഞത് അവൻ മറന്നിട്ടുണ്ടായിരുന്നില്ല.

"അവർ ഗെറ്റോവി**ലാണോ താമസം" സാൽവദോർ ചോദിച്ചു.

"ഏയ് അതൊരു ഗെറ്റോവല്ല."

"ഉം, ഇനി ഭക്ഷണ കാര്യത്തിലാണ് വിഷയം. കസ്രുത്ത്*** മനഃപാഠമാക്കണമല്ലോ."

ഭക്ഷണ പ്രിയനായ അഗസ്റ്റാനോക്ക് ചിരിയാണ് വന്നത്. അവൻ മറുപടി പറഞ്ഞു.

"കോഷറിനെ****പ്പറ്റി കൃത്യമായി ഞാൻ പഠിക്കുന്നുണ്ട് സാൽവദോർ."

അഗസ്റ്റാനോ തുടർന്നു:

"ഞാൻ അവളുടെ വീട്ടിലെത്തുമ്പോൾ അവൾ ഒറ്റയ്ക്കായിരുന്നു. പിതാവും ജ്യേഷ്ഠനും കച്ചവടത്തിനായി പുറത്ത് പോയിരുന്നു. പക്ഷേ, അവരുടെ കച്ചവടമെന്തെന്നുള്ള എന്റെ ചോദ്യത്തിനവൾ ഉത്തരം കൃത്യമായി നല്കിയില്ല. മുൻവശത്തെ മുറിയിൽ വച്ച് ദാവീദിന്റെ നക്ഷത്രമുദ്ര ഭിത്തികളിൽ വരച്ചുവച്ചിരിക്കുന്നതു കണ്ടപ്പോഴേ എന്റെ മനസ്സിൽ ചില സംശയങ്ങൾ മുളച്ചു. മാത്രമല്ല ആ വീടിന് ഒരു ക്രൈസ്തവാന്തരീക്ഷമില്ലായിരുന്നുതാനും. പ്രാർത്ഥനാമുറിയിൽ *എബ്രായ ബൈബിൾ* കണ്ടപ്പോൾ അവൾ ജൂതയാണെന്ന് ഉറപ്പിച്ചു. പക്ഷേ, അവൾ എന്നോട് മനഃപൂർവ്വം അത് മറച്ചുവച്ചതല്ല സാൽവദോർ, എല്ലാം പറയുവാൻ തന്നെ അവൾ കരുതിയിരുന്നതാണ്. ആ പ്രദേശത്ത് ആ കുടുംബം മാത്രമേ ജൂതരായി ഉള്ളൂ എന്നാണവൾ പറഞ്ഞത്."

"എനിക്ക് എന്തൊക്കെയോ ദുരൂഹതകൾ മണക്കുന്നു." സാൽവദോർ ഉൽക്കണ്ഠപ്പെട്ടു.

"അതിന്റെ ആവശ്യമില്ല സാൽവദോർ, അവൾ നിഷ്കളങ്കയായ ഒരു ജൂതപ്പെൺകുട്ടിയാണ്. എന്നോടുള്ള പ്രണയം മറ്റെന്ത് വിഭാഗീയതകൾക്കു മുൻപിലും ഉപേക്ഷിക്കുവാൻ അവൾ തയ്യാറല്ല. ഞാനും അതിനുവേണ്ടി എന്തു വിട്ടുവീഴ്ചയ്ക്കും തയ്യാറാണ്. പതിമൂന്നു പ്രമാണങ്ങൾ ജീവിതമന്ത്രമായി ഏറ്റെടുക്കുവാൻ പോലും."

---

* തോറ - ജൂതരുടെ നിയമസംഹിത

** ഗെറ്റോവ് - ജൂതച്ചേരി

*** കസ്റുത് - കഴിക്കാവുന്ന ഭക്ഷണ പാനീയങ്ങളെ പറ്റിയുള്ള നിയമങ്ങൾ.

**** കോഷർ - കഴിക്കാവുന്ന ഭക്ഷണ പാനീയങ്ങൾ

അഗസ്റ്റാനോ നാടകീയമായ ശൈലിയിൽ *പതിമൂന്നു പ്രമാണങ്ങൾ ഒന്നൊന്നായി പറഞ്ഞു.

“ദൈവം സത്യമാണ്
ദൈവം ഏകനാണ്
ദൈവം രൂപങ്ങൾക്കതീതനാണ്
ദൈവം നിത്യതയാണ്
ദൈവമല്ലാതെ ആരാദ്ധ്യനായി മറ്റാരുമില്ല
ദൈവം മനുഷ്യകുലത്തെ പ്രബോധിപ്പിക്കുന്നത് പ്രവാചകരിലൂടെയാണ്
മോശയാണ് വലിയ പ്രവാചകൻ
ദൈവദായകമാണ് *തോറ*
തോറ അലംഘനീയവും മാറ്റമില്ലാത്തതുമാണ്
ദൈവം രക്ഷകനാണ്
രക്ഷയും ശിക്ഷയും ദൈവനീതിയാണ്
മിശിഹ തീർച്ചയായും വരും
മരണം അവസാനമല്ല ഉയിർപ്പാണ് സത്യം.”

അഗസ്റ്റാനോയുടെ വാക്കുകൾ സാൽവദോറിൽ ആശ്ചര്യമുണ്ടാക്കി. എത്ര ആഴത്തിൽ ഇസബെല്ല അവന്റെ ഹൃദയത്തിൽ പതിഞ്ഞിട്ടുണ്ടെന്ന് അവൻ മനസ്സിലാക്കി.

“അപ്പോൾ നീ സത്യമാർഗ്ഗത്തിൽനിന്നും മാറി സഞ്ചരിക്കാൻ പോകുന്നു എന്നാണോ?” സാൽവദോർ ചോദിച്ചു. സാൽവദോറിന്റെ ഇരു കരങ്ങളും ചേർത്തുപിടിച്ച് അഗസ്റ്റാനോ ഒരു മറുചോദ്യമാണ് ചോദിച്ചത്.

“പ്രണയത്തേക്കാൾ ശരിയായ ഒരു സത്യമാർഗ്ഗമേതാണ് സാൽവദോർ?”

സാൽവദോർ ഉത്തരമൊന്നും പറഞ്ഞില്ല.

“അപ്പോൾ?”

അഗസ്റ്റാനോ തുടർന്നു.

“ഈ യാത്രയിൽ അവളെ മാത്രമല്ല അവളുടെ ജ്യേഷ്ഠനെയും ഞാൻ കണ്ടിരുന്നു. ഗലിൽ എന്നാണയാളുടെ പേര്. ഞങ്ങളുടെ പ്രണയത്തെപ്പറ്റി അറിഞ്ഞ അയാൾ എനിക്കു മുൻപിൽ ചില നിബന്ധനകൾ വച്ചിട്ടുണ്ട്.”

സാൽവദോർ ആകാംക്ഷയോടെ അഗസ്റ്റാനോയുടെ മുഖത്തേക്കു നോക്കി.

“അതിൽ ഒന്ന് ഞാൻ ഒരു യഹൂദവിശ്വാസിയായി മാറണം എന്നുള്ളതാണ്. അത് താല്ക്കാലികമായ ഒരു പരിവർത്തനമല്ലെന്നും യഹൂദവിശ്വാസം ഹൃദയത്തിലും ജീവിതചര്യയിലും ചിന്തയിലുമെല്ലാം പുലർത്തണമെന്നും അയാൾ പറഞ്ഞു. ചരിത്രവും വിശ്വാസപ്രമാണങ്ങളും ആചാരങ്ങളുമെല്ലാം പഠിക്കണമെന്നും അങ്ങനെ സ്വതന്ത്രമനസ്സോടെ

* പതിമൂന്ന് പ്രമാണങ്ങൾ - ജൂതരുടെ വിശ്വാസ പ്രമാണം

യഹൂദധർമ്മത്തിൽ വന്നാൽ ബെറ്റ്ദിനിൽ* എന്റെ മദ്ധ്യസ്ഥകാര്യവാഹിയായി എന്നെ ഏറ്റെടുക്കാമെന്നും സിനഗോഗി**ന്റെ സമ്മതത്തോടെ പരിച്ഛേദനം ചെയ്ത് സ്നാനപ്പെട്ടാൽ ഇസബെല്ലയെ വിവാഹം ചെയ്ത് തരാമെന്നും അയാൾ പറഞ്ഞു. കൂടാരത്തിരുന്നാളിനു***ശേഷം പിതാവിനോട് കാര്യം പറഞ്ഞു സമ്മതിപ്പിക്കാമെന്ന് അയാൾ ഉറപ്പു നല്കി.”

സാൽവദോർ ഒരു നെടുവീർപ്പോടെയാണത് ശ്രവിച്ചത്. അഗസ്റ്റാനോ വീണ്ടും പറഞ്ഞു തുടങ്ങി.

“ഗലീൽ പറഞ്ഞ രണ്ടാമത്തെ കാര്യം അവരുടെ സാമ്പത്തിക തകർച്ചയെപ്പറ്റിയാണ്. ജൂതവിരോധം ഗാന്റിയയിലും ശക്തമാണ്. മതവിരോധത്തേക്കാൾ വംശീയ വിരോധമായി അത് രൂപം മാറിപ്പോൾ കച്ചവടമെല്ലാം തകർന്നു. വലിയ സാമ്പത്തിക പ്രതിസന്ധികൾ അവർക്കുണ്ടായി. ആ പ്രതിസന്ധി തീർക്കുവാനായി ഇപ്പോൾ ആ കുടുംബം നെട്ടോട്ടമോടുകയാണ്. എങ്ങനെയെങ്കിലും ആ പ്രതിസന്ധിയിൽനിന്നും കരകയറി ഈജിപ്റ്റിലേക്ക് നാടുകടക്കാനാണ് അവരുടെ ഉദ്ദേശ്യം. അവിടെ അബാസിയയിൽ അവർക്കു പരിചിതമായ ഒരു ജൂതച്ചേരിയിൽ ശിഷ്ടകാലം കഴിയാമെന്നുമാണ് അവരുടെ പ്രതീക്ഷ.”

ഒരു ചെറിയ സന്തോഷത്തോടെ അഗസ്റ്റാനോ കൂട്ടിച്ചേർത്തു.

“എല്ലാം ദൈവഹിതമാണ് സാൽവദോർ. ആ സാമ്പത്തിക പ്രതിസന്ധിയിൽ അവരെ സഹായിക്കാൻ കഴിഞ്ഞാൽ ഞാൻ അവർക്ക് കൂടുതൽ പ്രിയപ്പെട്ടവനാകും. വിവാഹശേഷം അബാസിയയിലേക്കു പോകുന്നതുകൊണ്ട് ഒരു കാർണോവിയക്കാരന്റെ ആത്മാഭിമാനം ഗാന്റിയയിൽ താമസിച്ച് നഷ്ടപ്പെടുകയുമില്ല?”

“ഇനിയപ്പോൾ?”

“അതെ. പണമുണ്ടാക്കണം.”

“ഇനി മറ്റൊരു പ്രധാനപ്പെട്ട കാര്യംകൂടി ഞാൻ നിന്നോടു പറയാം. അന്ന് റാക്കോണയിൽ വന്ന ഇസബെല്ലയ്ക്കൊപ്പം ഗലീലുമുണ്ടായിരുന്നു. നീ ഒരുപക്ഷേ, അവനെ ശ്രദ്ധിച്ചിരിക്കാം. റാക്കോണയുടേയും കാർണോവിയയുടേയും സൗന്ദര്യം ആസ്വദിക്കാൻ വന്ന അയാൾക്ക് മറ്റൊരു ഉദ്ദേശ്യം കൂടി ഉണ്ടായിരുന്നു. എന്നാൽ ഇസബെല്ലയ്ക്ക് ഇതൊന്നും അറിയില്ല.”

“എന്ത് ഉദ്ദേശ്യം?”

“സാൽവദോർ. നീ കോപാകുലനാകരുത്.”

സാൽവദോർ ഉൽക്കണ്ഠയോടെ അഗസ്റ്റാനോയെ നോക്കി. അവൻ പറഞ്ഞു തുടങ്ങി.

---

* ബെറ്റ്ദിൻ - ജൂതരുടെ നിയമക്കോടതി

** സിനഗോഗ് - ജൂതസഭാരാധനാലയം

*** കൂടാരത്തിരുനാൾ - ഇസ്രയിലികളുടെ ഈജിപ്റ്റ് പലായനത്തിന്റെ സ്മരണയുമായി ബന്ധപ്പെട്ട ആചാരം.

"റാക്കോണയിലെ പള്ളിമുറിയിൽ പല ചിത്രകാരന്മാർ വരച്ച ചിത്രങ്ങൾ ഭിത്തിയിൽ തൂക്കിയിട്ടിരിക്കുന്നത് നീ ശ്രദ്ധിച്ചിട്ടുണ്ടോ. അതിൽ ഒരു ചിത്രം സ്പാനിഷ് ചിത്രകാരനായ ഡീഗോ പെലാസ്ക്വേസ് വരച്ചതാണ്. സീനായ് മലമുകളിൽ മോശയ്ക്കു മുമ്പിൽ ദൈവം പ്രത്യക്ഷപ്പെടുന്നതായുള്ള ചിത്രമാണത്. സ്പെയിൻ സന്ദർശിച്ചപ്പോൾ ഒക്ടേവിയസ് രാജാവിന് അവിടുത്തെ ഫിലിപ്പൻ അഞ്ചാമൻ രാജാവ് സമ്മാനിച്ചതാണ്."

"അതിന്." സാൽവദോർ ഇടയ്ക്കുകയറി.

"പറയാം. ആ ചിത്രം പള്ളിമുറിയിൽ മാറാല പിടിച്ച് നശിക്കുകയേ ഉള്ളു... സാൽവദോർ ഒരുപക്ഷേ, ആ ചിത്രം നിന്റെ സഹോദരന്റെ ജീവിതംതന്നെ രക്ഷപ്പെടുത്തിയേക്കാം."

"മനസ്സിലായില്ല."

"ആ ചിത്രം ജൂത ചരിത്രവുമായി ബന്ധപ്പെട്ട ഒരു ചിത്രമാണത്രേ. സാമ്പത്തിക പ്രതിസന്ധി ആത്മഹത്യയിലേക്ക് നയിച്ചപ്പോൾ നിവൃത്തികെട്ടാണ് ഗലീൽ ഇവിടെ വന്നത് എന്ന് കണ്ണീരോടെ അയാൾ പറഞ്ഞു. ആ ചിത്രം അപഹരിക്കാൻ. ആ ചിത്രം വിറ്റാൽ കിട്ടുന്ന പണം മതി അവരുടെ എല്ലാ പ്രതിസന്ധികളും പരിഹരിക്കാൻ."

സാൽവദോറിന്റെ മുഖം ചുവന്നു

"നീ ഇനി മിണ്ടിപ്പോകരുത്. ഈ പള്ളിയും ഈ ചിത്രങ്ങളും പൈതൃകവുമെല്ലാം കാർണോവിയയുടെ മാത്രം സ്വന്തമാണ്. ഒരുപക്ഷേ, ഇപ്പോൾ നിനക്കതു മനസ്സിലാവില്ല. ഒരു നേരത്തെ ഭക്ഷണത്തിനായി നമ്മെ സഹായിച്ചിരുന്ന ആ പൈതൃകത്തെ വരുത്തന്മാർക്ക് അപഹരിക്കാനായി ഞാൻ അനുവദിക്കില്ല. നീ എന്താണ് പറഞ്ഞു വരുന്നതെന്ന് എനിക്ക് നന്നായി മനസ്സിലാകുന്നുണ്ട്. ഇനി നീ എന്നെ ഈ കാര്യവും പറഞ്ഞുകൊണ്ട് കാണരുത്."

അഗസ്റ്റാനോയെ തനിച്ചാക്കി തണുത്ത തെക്കൻ കാറ്റിനെ കീറിമുറിച്ച് വളരെ വേഗത്തിൽ സാൽവദോർ ദൈവമന്ദിരത്തിലേക്കു നടന്നു.

പതിമൂന്ന്

അന്ന് രാത്രി സാൽവദോറിന് ഉറങ്ങാനേ കഴിഞ്ഞില്ല. അഗസ്റ്റാനോയെപ്പറ്റി ചിന്തിച്ച് അവന്റെ കണ്ണുകൾ ഈറനണിഞ്ഞു. ചെന്നായ്ക്കൾ ദൂരത്തെവിടെയോ ഓരിയിടുന്നത് കേട്ട്, അപകടങ്ങൾ ഇരുട്ടിലെവിടെയോ പതിയിരുന്ന് മരണത്തിന്റെ ശബ്ദം പുറപ്പെടുവിക്കുന്നതായി അവന് തോന്നി. ആ രാത്രി മുഴുവൻ അസ്വസ്ഥചിന്തകൾ അവനെ വേട്ടയാടി. അകിലയുടെ നീണ്ട കരച്ചിൽ കാതിൽ മുഴങ്ങി. പല തവണ അവൻ ആയയുടെ മുറിയിൽ ചെന്നു. പക്ഷേ, അപ്പോഴൊക്കെ അകില സുഖമായി ഉറങ്ങുകയായിരുന്നു. തന്റെ മാനസിക വിചാരങ്ങളെല്ലാം തകിടം മറിയുകയാണെന്ന് അവൻ ഭയപ്പെട്ടു

പുലർച്ചെ സാൽവദോർ ഡാനിക്ക് വെള്ളവും തീറ്റയും കൊടുക്കുമ്പോഴാണ് അഗസ്റ്റാനോ ദൂരെനിന്നും തന്റെയടുത്തേക്ക് നടന്നുവരുന്നത് കണ്ടത്. സാൽവദോറിന്റെ മുഖം കോപംകൊണ്ട് വിറച്ചു. സാഹചര്യം മോശമാകുന്നു എന്നു മനസ്സിലാക്കിയ ഡാനി ഒന്നു മുരണ്ടു. അടുത്തെത്തിയ ഉടനെ അഗസ്റ്റാനോ സാൽവദോറിനെ കെട്ടിപ്പിടിച്ച് ഒരു കൊച്ചുകുട്ടിയെപോലെ കരഞ്ഞു. ഉള്ളിലെ കോപപർവ്വം ഉരുകിയില്ലാതാകുന്നത് സാൽവദോർ അറിഞ്ഞു. നെഞ്ചോട് ചേർത്ത അവന്റെ മുഖദാവിൽനിന്നും കണ്ണുനീർ നൂലിഴകളിലൂടെ നെഞ്ചിലേക്കും ഹൃദയത്തിലേക്കും ഇറങ്ങി തണുപ്പ് പകർന്നു.

“എന്നോട് ക്ഷമിക്കൂ സാൽവദോർ, നിന്റെ സൗഹൃദവും പിന്തുണയുമില്ലാതെ എനിക്കൊരു നിമിഷം പോലും ജീവിക്കുവാനാകില്ല.”

സാൽവദോർ അവനേയും കൂട്ടി മുറിയിലേക്കു പോയി. ഇളകുന്ന കട്ടിലിൽ ഇരുന്ന് അഗസ്റ്റാനോ വിങ്ങിപ്പൊട്ടി.

“പ്രണയമാണോ സൗഹൃദമാണോ സത്യമെന്നെനിക്കറിയില്ല.

എനിക്ക് നീയും വേണം ഇസബെല്ലയും വേണം. നിനക്കെന്റെ മനസ്സു കാണാൻ കഴിഞ്ഞില്ലെങ്കിൽ മറ്റാർക്കാണു കഴിയുക."

ഒരു കൊച്ചുകുഞ്ഞിനെപ്പോലെ കരയുന്ന അഗസ്റ്റാനോയുടെ ചുമലിൽ തട്ടി സാൽവദോർ ആശ്വസിപ്പിച്ചു.

"എല്ലാം സത്യമാണ് അഗസ്റ്റാനോ. പ്രകൃതി തീർക്കുന്ന മഹാവിസ്മയമാണ് പ്രണയമെങ്കിൽ ജീവിതം തീർക്കുന്ന മഹാകാവ്യമാണ് സൗഹൃദം. രണ്ടും ദൈവീകമാണ്, പവിത്രമാണ്. നിന്നെപ്പോലെ തന്നെ ഈ സൗഹൃദം തരുന്ന സുരക്ഷിതബോധം എനിക്കും മുന്നോട്ട് കുതിക്കാനുള്ള ഇന്ധനമാണ്. നിന്റെ പ്രണയത്തിന്റെ ആത്മാർത്ഥതയും വിശാലതയും എനിക്ക് മനസ്സിലാക്കുവാൻ സാധിക്കും. പ്രണയം വിജയിക്കുന്നത് ത്യാഗം ഉയിർക്കുമ്പോഴാണ്. നീ വിജയിക്കും നിന്റെ പ്രണയവും വിജയിക്കും."

സാൽവദോറിന്റെ വാക്കുകൾ അഗസ്റ്റാനോയിൽ ഒരു പുതിയ ഉണർവ്വേകി.

"അഗസ്റ്റാനോ, ഈ മോഷണമല്ലാതെ ഒരു മാർഗ്ഗവും ഇല്ലേ."

"സാൽവദോർ, തെരുവിൽ ആർക്കും വേണ്ടാതെ കിടക്കുന്ന വസ്തുക്കൾ തെരുവ് ബാലന്മാർ പെറുക്കി വില്ക്കുന്നതു തെറ്റാണോ? അതുപോലെ കാണേണ്ട കാര്യമേയുള്ളൂ. ആർക്കും വേണ്ടാതെ പള്ളിമുറിയിൽ നശിച്ചുപൊയ്ക്കൊണ്ടിരിക്കുന്ന ചിത്രം നാം എടുക്കുന്നു."

"നീ പറയുന്ന താരതമ്യം എനിക്കു തീരെ മനസ്സിലാകുന്നില്ല."

"വിശപ്പടക്കാൻ വേണ്ടി അപ്പം മോഷ്ടിച്ച അന്ധബാലന്റെ കഥ വേദപാഠക്ലാസിൽ കേട്ടത് നീ ഓർക്കുന്നില്ലേ. അവന്റെ നിസ്സഹായതയിൽ അവൻ ചെയ്ത കുറ്റം ദൈവം പൊറുത്തില്ലേ."

"ആർക്കും വേണ്ടാത്ത ഒരു ചിത്രം മൂന്നു പേരുടെ ജീവൻ രക്ഷിക്കുമെങ്കിൽ, ആത്മാഹുതിയിൽനിന്നും കൈപിടിച്ചുയർത്തുമെങ്കിൽ നാം ചെയ്യുന്നതെങ്ങനെ തെറ്റാകും സാൽവദോർ."

സാൽവദോർ ഉത്തരമൊന്നും പറഞ്ഞില്ല. കുറേ നേരം നിശ്ശബ്ദനായി ചിന്തിച്ചു. പിന്നീട് ഒരു നിശ്വാസത്തിന്റെ അകമ്പടിയോടെ അവൻ പറഞ്ഞു.

"ഇന്ന് രാത്രിയിൽ നാം റാക്കോണയിലേക്ക്."

* * * * *

അവർ റാക്കോണയിൽ എത്തുമ്പോൾ പള്ളി സൂക്ഷിപ്പുകാരൻ പയ്യൻ ഒരു മെഴുകുതിരി വെളിച്ചത്തിൽ പള്ളിമുറിക്കു സമീപമുള്ള അവന്റെ മുറിയിൽ എന്തോ വായിച്ചുകൊണ്ടിരിക്കുകയായിരുന്നു. താഴ്‌വാരം ചുറ്റിവരുന്ന തണുത്ത കാറ്റിനെ പ്രതിരോധിക്കാൻ അവൻ ഒരു കമ്പളിപ്പുതപ്പ് പുതച്ചിരുന്നു. എവിടെ നിന്നോ ഒരു കൂമൻ അസ്വസ്ഥമായി മൂളുന്നു. സാൽവദോറിന്റെ ചങ്കിടിപ്പ് വർദ്ധിച്ചു. കാലൊച്ച കേട്ടപ്പോഴെ തൊട്ടടുത്തിരുന്ന വടിയിൽ പയ്യൻ പിടിമുറുക്കി ജനലിലൂടെ ദൃഷ്ടി പായിച്ച് ചോദിച്ചു.

"ആരാണത്?"

ഉത്തരമൊന്നും ഉണ്ടായില്ല. മങ്ങിയ മെഴുകുതിരി വെട്ടത്തിൽ രണ്ടു രൂപങ്ങൾ തെളിഞ്ഞു വന്നു.

"അഗസ്റ്റാനോ... സാൽവദോർ. നിങ്ങളായിരുന്നോ... എന്തുണ്ട് വിശേഷം."

പയ്യൻ വാതിൽ തുറന്നു.

"എത്രനാളായി വിശേഷം പറഞ്ഞിരുന്നിട്ട്" - അഗസ്റ്റാനോ പറഞ്ഞു

"അതെയതെ നിങ്ങളൊക്കെയിപ്പോൾ തിരക്കേറിയ ആളുകളാണല്ലോ. മേയർക്കുപോലും ഇത്ര തിരക്കുണ്ടെന്ന് തോന്നുന്നില്ല."

പയ്യൻ സംഭാഷണം പൂർത്തിയാക്കുന്നതിന് മുൻപ്തന്നെ തോളിൽ കിടന്ന സഞ്ചിയിൽനിന്നും ഒരു കുപ്പി വൈൻ അഗസ്റ്റാനോ മേശപ്പുറത്തു വച്ചു. ഒരു പ്രത്യേക തിളക്കം പയ്യന്റെ കണ്ണുകളിൽനിന്നും ഉത്സർജ്ജിച്ചു. കൊതിയോടെ അതെടുത്ത് അവൻ ശക്തിയോടെ മണം പിടിച്ചു.

"ഉഗ്രൻ, ഇന്ന് നമുക്കുഷാറാകണം."

എന്നു പറഞ്ഞ് അവൻ മുറിക്കു വെളിയിൽ കമ്പുകളും ചില്ലകളും കൂട്ടിയിട്ട് ഒരു തീക്കൂനയുണ്ടാക്കി. മൂവരും അതിനു ചുറ്റുമിരുന്നു. ആർത്തിയോടെ ഒരു കവിൾ വൈൻ ആദ്യം തന്നെ പയ്യൻ അകത്താക്കി. അഗസ്റ്റാനോ പല വിശേഷങ്ങൾ പറയുവാൻ തുടങ്ങി. സാൽവദോർ നിശ്ശബ്ദനായി ഒരു കേൾവിക്കാരനായി. അതിലെ കൃത്രിമത്വം പയ്യനു മനസ്സിലായില്ല. ആ കുപ്പി കാലിയാക്കുന്നതിലായിരുന്നു അവന്റെ ശ്രദ്ധ മുഴുവൻ.

"നിങ്ങൾ എന്റെ പ്രീയ കൂട്ടുകാരാണ്. എത്രനാളായി നാം ഇതുപോലെയൊന്നു കൂടിയിട്ട്, വിശേഷങ്ങൾ പങ്കുവച്ചിട്ട്."

പയ്യൻ റാക്കോണയിൽ വരുന്ന പെൺകുട്ടികളെപ്പറ്റിയും സഞ്ചാരികളെപ്പറ്റിയും പുരോഹിതനെപ്പറ്റിയും സംസാരിച്ചുകൊണ്ടിരുന്നു. പതിയെ പതിയെ അവന്റെ നാവ് കുഴഞ്ഞുകൊണ്ടിരുന്നു. പോളകൾ അടയാൻ വെമ്പി. ശരീരം തളർന്നു.

"എങ്കിൽ നമുക്കു പിരിയാം. സർവ്വശക്തൻ നിങ്ങളെ രക്ഷിക്കട്ടെ. പരിശുദ്ധൻ നിങ്ങൾക്കു കാവലാകട്ടെ."

ഇത്രയും പറഞ്ഞ് പയ്യൻ മുറിയിലേക്ക് കയറി കട്ടിലിലേക്കുവീണു. കണ്ണുകളിൽ ഒരു പുതിയ തിളക്കത്തോടെ അഗസ്റ്റാനോ സാൽവദോറിനെ നോക്കി. അതിൽ എല്ലാമുണ്ടായിരുന്നു. അവർ വളരെ നിശ്ശബ്ദമായി പള്ളിമുറിയുടെ അടുത്തേക്ക് നീങ്ങി. ഭീതിയും കുറ്റബോധവും ചേർന്ന് സാൽവദോറിന്റെ മുഖത്ത് ഇരുൾ പടർത്തിയത് അഗസ്റ്റാനോ ശ്രദ്ധിച്ചു.

"നന്മയുടെ പിന്തുണയുണ്ടെങ്കിൽ അപഹരിക്കൽ പോലും സാധൂകരിക്കപ്പെടും, സാൽവദോർ ഇത് അപഹാരമായി കാണേണ്ട ഒരു പരിഹാരമാണ്, എല്ലാറ്റിനുമുള്ള പരിഹാരം."

വളരെ നിസാരമായി അഗസ്റ്റാനോ പള്ളിമുറിയുടെ വാതിൽ തുറന്നു.

രണ്ടുപേരും മുറിക്കുള്ളിൽ കയറി. ഞായറാഴ്ചകളിൽ കുർബ്ബാന യർപ്പിക്കാൻ വരുന്ന പുരോഹിതൻ ഉപയോഗിക്കുന്ന ഒരു കട്ടിലും ഒരു മേശയും ഒരു കസേരയുമാണവിടെ ഉണ്ടായിരുന്നത്. ആ മുറിക്കുള്ളി ലായി മറ്റൊരു മുറിയുണ്ടായിരുന്നു. രണ്ടുപേരും ഉള്ളിലുള്ള മുറിയിലേക്കു കയറി. ശില്പങ്ങളും പഴയ പാത്രങ്ങളും ഉപകരണങ്ങളും ചിത്രങ്ങ ളുമെല്ലാം പൊടിയും മാറാലയും പിടിച്ചു കിടക്കുന്നു. അഗസ്റ്റാനോ ചുവ രിലേക്ക് നോക്കി.

ഒന്ന്, രണ്ട്, മൂന്ന്....

പതിനൊന്നു ചിത്രങ്ങൾ അവൻ എണ്ണി. മിക്കചിത്രങ്ങൾക്കും കേടുപാടുകൾ സംഭവിച്ചിരുന്നു.

"ഇതിലേതാണ് ആ ചിത്രം" അഗസ്റ്റാനോ ആശ്ചര്യപ്പെട്ടു.

"നാലാമത്തേത് തന്നെ." സാൽവദോർ ചിത്രത്തിൽ ചൂണ്ടിക്കൊണ്ടു പറഞ്ഞു

"അതെ അതുതന്നെ."

അഗസ്റ്റാനോ ശ്രദ്ധയോടെ ചുവരിൽനിന്നും ചിത്രമെടുക്കുവാൻ ശ്രമിച്ചു. സാൽവദോർ ചുറ്റും കണ്ണോടിച്ചു. ചുവരിൽ എഴുതിയിരിക്കുന്ന ഒരു വാക്യം അവന്റെ ശ്രദ്ധയിൽപ്പെട്ടു.

"എന്റെ അധരങ്ങളിൽനിന്നും വചനം കേൾക്കുമ്പോൾ നീ എന്റെ താക്കീത് അവരെ അറിയിക്കണം. തീർച്ചയായും നീ മരിക്കും എന്ന് ദുഷ് ടനോട് ഞാൻ പറഞ്ഞിട്ടും നീ അവനെ ശാസിക്കാതിരുന്നാൽ, അവന്റെ ജീവൻ രക്ഷിക്കാൻ വേണ്ടി അവന്റെ ദുഷിച്ച വഴിയെപ്പറ്റി നീ താക്കീതു ചെയ്യാതിരുന്നാൽ ആ ദുഷ്ടൻ അവന്റെ പാപത്തിൽ മരിക്കും. അവന്റെ രക്തത്തിന് ഞാൻ നിന്നെ ഉത്തരവാദിയാക്കും."

(എസക്കിയേൽ 3. 17, 18)

ചിത്രം അഗസ്റ്റാനോ ചുവരിൽനിന്നും വേർപെടുത്തിയെടുത്തു. സന്തോഷത്തോടെ സാൽവദോറിനെ മുഖത്തേക്ക് അവൻ നോക്കി. സാൽ വദോറിന്റെ കണ്ണുകൾ നിറഞ്ഞു. അതൊരു തേങ്ങലായി രൂപം മാറി. അവസാനം അവൻ പൊട്ടിക്കരഞ്ഞുകൊണ്ട് പുറത്തേക്കിറങ്ങി. അഗ സ്റ്റാനോ അസ്വസ്ഥനായി.

നിമിഷങ്ങൾക്കുള്ളിൽ തന്നെ അഗസ്റ്റാനോ പള്ളിമുറിയുടെ വാതിൽ പൂട്ടി പുറത്തിറങ്ങി. സാൽവദോറിനു സമീപം ചെന്നു.

"എവിടെ ചിത്രം." സാൽവദോർ ചോദിച്ചു.

"തിരികെ വച്ചു. നമുക്കാ ചിത്രം വേണ്ട. ഏതെങ്കിലും ഒരു കാലത്ത് അത് ചരിത്രത്തിന്റെ ഭാഗമാകും. അല്ല, ഇനിയിപ്പോൾ അവിടെയത് നശിച്ചുപോയാലും നമുക്കതു വേണ്ട. പണം നമുക്കെങ്ങനെയെങ്കിലും ഉണ്ടാക്കാം."

ഇതു കേട്ടയുടനെ സാൽവദോർ അഗസ്റ്റാനോയെ ആശ്ലേഷിച്ചു. തണുത്ത താഴ്വാരക്കാറ്റ് അവരെ തലോടി...

പതിനാല്

ആ ഉദ്യമത്തിൽ നിന്നുമുള്ള അഗസ്റ്റാനോയുടെ പിന്മാറ്റം സാൽവദോറിനെ കൂടുതൽ സന്തോഷവാനാക്കി. അത്തരത്തിലൊരു പിന്മാറ്റം അവൻ പ്രതീക്ഷിച്ചിട്ടുണ്ടായിരുന്നില്ല. അന്ന് റാക്കോണമല ഇറങ്ങുമ്പോൾ സാൽവദോർ അഗസ്റ്റാനോക്ക് ഒരു വാക്ക് കൊടുത്തു. ഒരാഴ്ചകൊണ്ട് പരമാവധി പണം സ്വരൂപിച്ച് അടുത്തയാഴ്ച അവനെ ഗാന്റിയയ്ക്കു പോകാൻ സഹായിക്കാമെന്നായിരുന്നു അത്. ഇസബെല്ലയുടെ കുടുംബത്തിന്റെ ബാദ്ധ്യത എത്രയാണെന്നൊന്നും അഗസ്റ്റാനോക്ക് തിട്ടമുണ്ടായിരുന്നില്ല. പക്ഷേ, ഒരു കാര്യമുറപ്പായിരുന്നു. അത് തങ്ങളെപ്പോലുള്ള ദാരിദ്ര്യഭൂഷിതർക്ക് പരിഹരിക്കാൻ കഴിയുന്നതിലും കൂടുതലാണെന്ന്. എന്നാലും തങ്ങളുടെ കഠിനാദ്ധ്വാനത്തിന്റെ ഫലത്തിന് ഒരു ചെറിയ രീതിയിലെങ്കിലും അവരെ സഹായിക്കാൻ പറ്റുമെന്നും അങ്ങനെ അവരുടെ പ്രിയപ്പെട്ടവനായി മാറി ഇസബെല്ലയെ സ്വന്തമാക്കാൻ കഴിയുമെന്നുമായിരുന്നു അഗസ്റ്റാനോ കരുതിയിരുന്നത്. അവന്റെ പ്രതീക്ഷയും ആത്മവിശ്വാസവും അവന്റെ ജീവിതരീതികളെപ്പോലും അത്രമാത്രം പരിവർത്തനപ്പെടുത്തിയിരുന്നു.

ഒരാഴ്ച... ഏഴു ദിവസം... ഏഴാമത്തെ ദിവസം പരമാവധി പണമുണ്ടാക്കി അഗസ്റ്റാനോയെ ഗാന്റിയയിലേക്ക് യാത്രയാക്കണം. ഇരവും പകലുമെന്നില്ലാതെ പണിയെടുക്കാൻ മനസ്സുള്ള രണ്ട് ശരീരങ്ങളാണ് ഇനിയുള്ള ഉദ്യമത്തിന്റെ ആകെക്കൂടിയുള്ള മൂലധനം.

അഗസ്റ്റാനോയുടെ ഒരു ചങ്ങാതി ഗെയ്റോണിന്റെ സഹായത്താൽ അവർ ഒരു വൈൻ നിർമ്മാണ കേന്ദ്രത്തിൽ കയറിപ്പറ്റി. നോക്കെത്താദൂരത്തോളം പടർന്നു കിടക്കുന്ന ഒരു മുന്തിരിത്തോട്ടവും അതിനോടനുബന്ധിച്ചുള്ള ഒരു ചെറിയ വൈൻ നിർമ്മാണ കേന്ദ്രവുമായിരുന്നു അത്.

പരമ്പരാഗത രീതിയിൽ വൈൻ നിർമ്മിക്കുന്ന ഒരു സ്ഥലമായിരുന്നു അത്. അഗസ്റ്റാനോക്കു മുന്തിരിത്തോട്ടത്തിലും സാൽവദോറിന് വൈൻ നിർമ്മിക്കുന്നിടത്തുമാണ് ആദ്യ ദിവസത്തെ ജോലി കിട്ടിയത്. നൂറോളം ജോലിക്കാരുണ്ടായിരുന്ന അവിടെ യന്ത്രങ്ങളും മറ്റും കുറവായിരുന്നു.

മുന്തിരിത്തോട്ടത്തിൽനിന്നും പറിച്ചെടുക്കുന്ന മുന്തിരിക്കുലകൾ ചെറിയ പെട്ടികളിൽ അടുക്കി അത് വൈൻ നിർമ്മാണ കേന്ദ്രത്തിലെത്തിക്കണം. മുന്തിരിക്കുലകൾ ശേഖരിക്കുന്നതും അത് ചെറിയ പെട്ടികളിൽ അടുക്കുന്നതും മുതിർന്ന ജോലിക്കാരായിരുന്നു. അഗസ്റ്റാനോയും അവന്റെ പ്രായമുള്ള മറ്റാളുകളും ആ പെട്ടി തലയിൽ ചുമന്ന് വൈൻ കേന്ദ്രത്തിലെത്തിക്കണം. രാവിലെ മുതൽ വൈകുന്നേരം വരെ അഗസ്റ്റാനോക്ക് ഈ ചുമടെടുപ്പ് തന്നെയായിരുന്നു. ചിലപ്പോൾ മുന്തിരിപ്പെട്ടികൾ എങ്കിൽ ചിലപ്പോൾ മുന്തിരിത്തോട്ടത്തിലേക്കുള്ള വളവും കീടനാശിനിയുമൊക്കെയെന്നുമാത്രം. വിശ്രമമില്ലാത്ത ജോലി അവനിൽ തെല്ലുപോലും മടുപ്പ് ഉളവാക്കിയില്ല. മറ്റുള്ളവർ വിശ്രമിക്കുമ്പോഴും അവൻ അവന്റെ ജോലി തുടർന്നുകൊണ്ടിരുന്നു. അവന്റെ ഉത്സാഹം കണ്ട് മറ്റുള്ളവർക്ക് ആശ്ചര്യം തോന്നി. അവന്റെ ഹൃദയം ഇസബെല്ല... ഇസബെല്ല എന്ന് മന്ത്രിച്ചുകൊണ്ടിരുന്നു. ആ മന്ത്രം നല്കുന്ന ഊർജ്ജം അവനെ കൂടുതൽ കൂടുതൽ ഉന്മേഷവാനാക്കി.

പുറമെ ചെറുതാണെന്ന് തോന്നുമെങ്കിലും ഉള്ളിലേക്ക് വിശാലമായിരുന്നു വൈൻ കേന്ദ്രം. ഭൂമിക്കടിയിലേക്ക് അറകളും മറ്റുമുണ്ടായിരുന്നു അവിടെ. വൈൻ പാകമാകുവാൻ സൂക്ഷിക്കുന്നതവിടെയാണെന്ന് സാൽവദോറിനു മനസ്സിലായി. പല പാകത്തിലും രുചിക്കൂട്ടിലുമുള്ള വിവിധ തരം വൈനുകൾ അവിടെ വലിയ മൺഭരണികളിൽ സൂക്ഷിച്ചിരുന്നു. ഇവയുടെ മണംപോലും തലയ്ക്കു ഒരു ലഹരി പകർന്നു. അറകളിൽ നിന്നും പുറത്തെടുക്കുന്ന പാകമായ വൈൻ മൺഭരണികളിൽ നിന്നും ചെറിയ കുപ്പികളിലാക്കി ലേബൽ ചെയ്യുക എന്നതായിരുന്നു സാൽവദോറിനു കൊടുത്ത ജോലി. വൃത്തിയോടെയും ശ്രദ്ധയോടെയും അവനതു ചെയ്തു.

ആദ്യ രണ്ടുദിവസം രാവിലെ മുതൽ വൈകുന്നേരം വരെ ഇരുവരും മുന്തിരിവൈൻ നിർമ്മാണ കേന്ദ്രത്തിൽ ജോലി ചെയ്തു. രാത്രിയിൽ സാൽവദോർ ദൈവമന്ദിരത്തിലേക്ക് പോകും. എന്നാൽ അഗസ്റ്റാനോ ഒരു റൊട്ടി നിർമ്മാണ കേന്ദ്രത്തിൽ ജോലി ചെയ്തു. വളരെ കുറച്ചു മാത്രമാണ് അവൻ ഉറങ്ങിയിരുന്നത്.

അടുത്ത രണ്ടു ദിവസങ്ങളിൽ ഒരു ഫാമിലാണ് അവർ ജോലി ചെയ്തത്. ഉരുളക്കിഴങ്ങും മധുരക്കിഴങ്ങും കൃഷിചെയ്തിരുന്ന വിശാലമായ ഒരു കൃഷിയിടവും അതിനോടനുബന്ധിച്ച് ആടിനേയും കോഴിയേയും വളർത്തിയിരുന്ന ഒരു ഫാമുമായിരുന്നു അത്. പ്രായം ചെന്ന നാലഞ്ച് സ്ത്രീകളും ഒരു വൃദ്ധനുമായിരുന്നു അതിന്റെ നടത്തിപ്പുകാർ. സാൽവദോറും അഗസ്റ്റാനോയും ചെന്നതോടുകൂടി അവിടുത്തെ ജോലിക

ളെല്ലാം വേഗത്തിൽ നടന്നു. അതു വൃദ്ധനെയും കൂട്ടരെയും കൂടുതൽ സന്തോഷിപ്പിച്ചു. ഉരുളക്കിഴങ്ങ് തൈകൾക്ക് വളമിട്ടുകൊടുക്കുമ്പോൾ രണ്ട് തവണ അഗസ്റ്റാനോ മോഹാലസ്യപ്പെട്ടുവീണു. എന്നാൽ നിമിഷങ്ങൾകൊണ്ട് അവൻ സജീവമായി. അവന്റെ സ്വപ്നങ്ങൾ അവശതകളെ അലിയിച്ചു കളഞ്ഞിരിക്കണം.

ആഗ്രഹങ്ങൾ അങ്ങനെയാണല്ലോ. ചിലവ ഹൃദയത്തിന്റെ ആഴത്തിലേക്ക് വേരിറക്കും. ഹൃദയ രക്തത്തിന്റെ നനവിൽ അത് പടർന്നു പന്തലിക്കും. ഏത് അവശതകളെയും തന്റെ തണലിൽ അത് സുഖപ്പെടുത്തും.

വൈകുന്നേരങ്ങളിൽ സാൽവദോർ ദൈവമന്ദിരത്തിലേക്കു പോരുമ്പോൾ ആടുകൾക്കും കോഴികൾക്കും കാവലായി അഗസ്റ്റാനോ ഫാമിൽ തന്നെ കഴിഞ്ഞുകൂടി.

അഞ്ചാമത്തെ ദിവസം അതിരാവിലെ അഗസ്റ്റാനോ സാൽവദോറിനെ കാണാൻ ദൈവമന്ദിരത്തിലെത്തി. ഒരു പ്രത്യേക വാർത്തയായിട്ടായിരുന്നു അവൻ എത്തിയത്. ലിപ്പെ നദിയുടെ തീരത്ത് പാടിർവോൺ എന്ന ഗ്രാമത്തിൽ നടക്കുന്ന ഒരു ഫെസ്റ്റുമായി ബന്ധപ്പെട്ടതായിരുന്നു ആ വാർത്ത. എല്ലാ വർഷവും ഗ്രാമവാസികൾ നടത്തുന്ന ഒരാഴ്ച നീണ്ടു നില്ക്കുന്ന ഫെസ്റ്റിൽ വിവിധയിനം മത്സരങ്ങൾ നടത്താറുണ്ട്. ഇത്തവണ കുതിരയോട്ട മത്സരമാണ് അവർ സംഘടിപ്പിച്ചിരിക്കുന്നത്. വാർത്ത കേൾക്കേണ്ട താമസം അഗസ്റ്റാനോയോടൊപ്പം ഡാനിയെ സാൽവദോർ പറഞ്ഞയച്ചു. അത്തരമൊരു മത്സരത്തിൽ പങ്കെടുത്ത അനുഭവമൊന്നും ഡാനിക്കുണ്ടായിരുന്നില്ല. പക്ഷേ, ആംഗ്ലോ അറേബ്യൻ ഇനത്തിൽപ്പെട്ട അരോഗദൃഢഗാത്രനായ ഡാനിയുടെ പ്രതിഭയിൽ സാൽവദോറിനു വിശ്വാസമുണ്ടായിരുന്നു. ഇരുവരെയും പ്രാർത്ഥനയോടെ യാത്രയാക്കി സാൽവദോർ ഫാമിലേക്ക് പോയി.

ജോലികളിൽ ഏർപ്പെട്ടുകൊണ്ടിരിക്കുമ്പോഴും അവരെക്കുറിച്ചോർത്ത് സാൽവദോർ ഉൽക്കണ്ഠപ്പെട്ടു. വൈകുന്നേരമാകാൻ അവൻ കൊതിച്ചു. നിമിഷങ്ങൾക്ക് നീളം കൂടിയതായി അവന് തോന്നി. പടിഞ്ഞാറൻ ചക്രവാളത്തിലേക്ക് സൂര്യൻ ഒളിക്കാൻ തുടങ്ങുമ്പോൾ അകലെ നിന്നും ഒരു കുതിരക്കുളമ്പടി അവൻ കേട്ടു. അഗസ്റ്റാനോ ഡാനിയുടെ പുറത്തുകയറി വേഗതയിൽ അവന്റെ അടുത്തേക്കു വന്നു. സാൽവദോറിന്റെ സമീപത്തെത്തിയതും അഗസ്റ്റാനോ ചാടിയിറങ്ങി അവനെ ആലിംഗനം ചെയ്തു.

"നമ്മൾ വിജയിച്ചു.. നമ്മളല്ലാതെ മറ്റാർക്കാണു വിജയം അത്യന്താപേക്ഷിതമായുള്ളത്."

നിറഞ്ഞ കണ്ണുകളോടെ അഗസ്റ്റാനോ സമ്മാനത്തുക സാൽവദോറിനെ ഏല്പിച്ചു.

അവസാന ദിവസം സാൽവദോറിന് കലശലായ പനി ബാധിച്ചു. അവനെ ദൈവമന്ദിരത്തിൽ വിശ്രമിക്കാനനുവദിച്ച് അഗസ്റ്റാനോ ഫാമി

ലേക്കുപോയി. കൈയിലുള്ള പണവുമായി വൈകുന്നേരം അഗസ്റ്റാനോ സാൽവദോറിന്റെ മുറിയിൽ വന്നു. ഇരുവരും കൂടി അദ്ധ്വാനിച്ചുണ്ടാക്കിയ തുകയും മത്സരത്തിന്റെ സമ്മാനത്തുകയും അഗസ്റ്റാനോ ദനേരത്തെ സ്വരൂപിച്ച തുകയും ഇതിനിടയ്ക്ക് അമേലിയ സാൽവദോറിന് ഈ ആവശ്യത്തിനു വേണ്ടി കൊടുത്ത ഒരു ചെറിയ തുകയും എല്ലാം ചേർത്ത് നല്ലൊരു തുകയുണ്ടായിരുന്നു അത്. ഇത്രയും പണം അവർ ഒരുമിച്ച് കാണുന്നത് ആദ്യമായിട്ടായിരുന്നു. ഇരുവരുടേയും കണ്ണുകൾ നിറഞ്ഞു. സാൽവദോറിനൊപ്പം അഗസ്റ്റാനോ ദൈവമന്ദിരത്തിൽ കൂടി.

അടുത്തദിവസം സൂരോദയത്തിനു മുൻപ് തന്നെ ഗാന്റിയയിലേക്കു പോകുവാൻ അഗസ്റ്റാനോ തയ്യാറായി. ഡാനിയോടൊപ്പം അകലേക്ക് നീങ്ങുന്നതിന് മുമ്പ് അഗസ്റ്റാനോ പറഞ്ഞു.

“ഈ പണം ഇസബെല്ലയുടെ സഹോദരനെയും പിതാവിനെയും ഏല്പിച്ച് വിവാഹകാര്യം ഉറപ്പിച്ച് ഉടൻതന്നെ ഞാൻ എത്തും. ഞാൻ തിരികെയെത്തുന്നതുവരെ ഡാനി ഹെയ്സൻബർഗിലുള്ള എന്റെ കൂട്ടുകാരന്റെ ഭവനത്തിൽ വിശ്രമിച്ചോളും.”

പതിനഞ്ച്

പിറ്റേദിവസം കൃത്യമായും എത്തുമെന്ന് പറഞ്ഞാണ് അഗസ്റ്റാനോ പോയത്. എന്നാൽ എത്തിയില്ല. അഗസ്റ്റാനോ ഇല്ലാത്ത ഓരോ നിമിഷവും സാൽവദോറിനെ സംബന്ധിച്ചിടത്തോളം ആശങ്കയുടേതാണ്. ഒരു എടുത്തുചാട്ടക്കാരനായിരുന്നെങ്കിലും അഗസ്റ്റാനോയിൽ പ്രണയം ക്ഷമയുടെ നല്ല ശീലങ്ങൾ ജനിപ്പിച്ചിട്ടുണ്ട്. അതുമാത്രമായിരുന്നു സാൽവദോറിന്റെ ഏക ആശ്വാസം.

പ്രണയം ചിലരിലുണ്ടാക്കുന്ന ക്രിയാത്മകമായ അത്ഭുതമാറ്റം അവരിൽ അതിജീവനത്തിന്റെ കരുത്ത് നിക്ഷേപിക്കപ്പെടുന്നതിന്റെ സൂചനയാണെന്ന് അവൻ നേരിട്ട് അഗസ്റ്റാനോയിലൂടെ കണ്ടതാണ്.

എന്നാൽ സാൽവദോറിന്റെ അടുത്ത രണ്ടു ദിവസത്തെ കാത്തിരിപ്പും വിഫലമായി. ആശങ്കയും ഭയവും അവനിൽ ഭ്രാന്തമായ മാനസികനില സൃഷ്ടിച്ചു. ഒരു ദിവസം മുഴുവൻ പള്ളിയിൽ പരിശുദ്ധ കന്യാമറിയത്തിനു മുൻപിൽ ജപമാലയും കൈയിലേന്തി അവൻ ധ്യാനനിരതനായി. ആ ദിവസത്തെ കാത്തിരിപ്പും വെറുതെയായി..

അഗസ്റ്റാനോ ഏതോ അപകടത്തിൽ പെട്ടിരിക്കുന്നു. അതെ അവനാൽ അപരിഹാര്യമായ ഏതോ പ്രതിസന്ധിയിലാണവൻ. അല്ലെങ്കിൽ അവൻ ഏതുവിധേനയും തിരിച്ചെത്തേണ്ടതാണ്. സാൽവദോർ പകച്ചു നിന്നുപോയി. അഗസ്റ്റാനോ മാത്രമല്ല ഡാനിയുടെയും അഭാവം എത്രത്തോളം ആഴത്തിൽ അവനെ ഗ്രസിക്കുന്നുണ്ടെന്ന് അവന് മനസ്സിലായി. മിണ്ടാ പ്രാണിയെങ്കിലും ഡാനിയുടെ സാന്നിദ്ധ്യം തന്റെ ജീവിതത്തിൽ അത്രയധികം പ്രാധാന്യമുള്ളതാണ്. പരസ്പരം സംസാരിക്കാൻ ഒരു ഭാഷ ഇല്ലെങ്കിലും സാൽവദോറിന്റെ ചലനങ്ങളെപ്പോലും കൃത്യമായി മനസ്സിലാക്കാൻ ഡാനിക്കു കഴിഞ്ഞിരുന്നു. ഹൃദയബന്ധത്തിന്റെ

ആഴവും പരപ്പും വിശാലമാകുമ്പോൾ ആശയങ്ങൾ സംവദിക്കാൻ ഒരു ഭാഷപോലും അനാവശ്യമാണല്ലോ.

പിറ്റേ ദിവസം അമേലിയയെ കാണുവാനായി സാൽവദോർ സെന്റ് പീറ്റേഴ്സ് ദേവാലയത്തിലേക്കുള്ള കല്വഴിയുടെ വശത്തെ ആഷ് മരത്തിന്റെ ചുവട്ടിൽ കാത്തിരുന്നു. കുർബ്ബാന കഴിഞ്ഞ് അമേലിയ സാൽവദോറിന്റെ അടുത്തെത്തി. അവന്റെ സ്ഥിരമായി കാത്തിരിക്കാറുള്ള ജക്കരന്തയുടെ ചുവട്ടിൽനിന്നും ആഷ്മരത്തിന്റെ ചുവട്ടിലിരിക്കുന്നത് കണ്ട് അവൾ ചോദിച്ചു.

"ഇന്നെന്താ ഇവിടെ"

അവൻ അതിന് ഉത്തരമൊന്നും പറഞ്ഞില്ല. അവളുടെ കണ്ണുകളിലേക്ക് നോക്കി. അവളെ കെട്ടിപ്പിടിച്ച് പൊട്ടിക്കരയാൻ അവന് തോന്നി.

"എന്തുപറ്റി സാൽവദോർ."

അവന്റെ കണ്ണുകളിൽനിന്നും അവനിലെ മാനസിക വ്യാപാരങ്ങൾ അവൾ മനസ്സിലാക്കി. അവൻ നടന്നതെല്ലാം അവളോട് പറഞ്ഞു. പിന്നീടുള്ള നിമിഷങ്ങൾ നിശ്ശബ്ദതയെ പുല്കി.

അവൾ ചോദിച്ചു

"ഒരുപക്ഷേ, അഗസ്റ്റാനോ ഇസബെല്ലയ്ക്കും കുടുംബത്തിനുമൊപ്പം സുഖമായി അവിടെ താമസിക്കുകയാണെങ്കിലോ, അല്ലെങ്കിൽ ഇരുവരും ഗാന്റിയയ്ക്കുമപ്പുറത്ത് സുഖജീവിതം തേടി പോയിരിക്കുമോ, അങ്ങനെയും ചിന്തിച്ചുകൂടെ."

"ഒരിക്കലുമില്ല. അവൻ തിരിച്ചുവരുമെന്ന് പറഞ്ഞിട്ടാണ് പോയത്. മാത്രമല്ല പെട്ടന്നങ്ങനെയെല്ലാം വെട്ടിമുറിച്ച് അവനങ്ങനെ പോകാൻ സാധിക്കില്ല എനിക്കറിയാം അവനെ, ലോകത്തിൽ മറ്റാരേക്കാളും. അവന് എന്തോ അപകടം സംഭവിച്ചിട്ടുണ്ട്."

"അപ്പോൾ ഇനി എന്താണ് ചെയ്യുക."

"ഞാൻ ഗാന്റിയയിലേക്കു പോകുന്നു. എനിക്കവനെ കണ്ടെത്തണം."

സാൽവദോറിന്റെ വാക്കുകൾ അമേലിയയിൽ അമ്പരപ്പാണുണ്ടാക്കിയത്. അഗസ്റ്റാനോ അവനെ സംബന്ധിച്ചിടത്തോളം എത്രമാത്രം പ്രിയപ്പെട്ടവനാണെന്ന് അവൾക്ക് ബോദ്ധ്യമുണ്ടായിരുന്നു. ഗാന്റിയ എത്രത്തോളം അപകടകരമായ പ്രദേശമാണെന്ന് പിതാവ് പറഞ്ഞ് അവൾ മനസ്സിലാക്കിയിരുന്നു. ആ പ്രതിസന്ധികൾ നേരിടാൻ ദുർബ്ബലഹൃദയനായ തന്റെ പ്രിയതമന് സാധിക്കുമോ എന്നവൾ ഭയപ്പെട്ടു. പക്ഷേ, ഇത്തരം ചോദ്യങ്ങൾക്കൊന്നും ഈ അവസരത്തിൽ പ്രസക്തിയില്ലെന്നവൾക്ക് അറിയാമായിരുന്നു. ആ സൗഹൃദത്തെ പ്രണയം കൊണ്ട് വിലപേശാൻ അവൾ ആഗ്രഹിച്ചതുമില്ല.

"എനിക്ക് നീ മാത്രമേയുള്ളൂ സാൽവദോർ"

അവൾ അത്രമാത്രമേ പറഞ്ഞുള്ളു. അതിൽ എല്ലാമുണ്ടായിരുന്നു.

"നിഷ്കളങ്കയായ ഒരു കാർണേവിയക്കാരി പെൺകുട്ടിയുടെ പ്രാർത്ഥന സർവ്വശക്തന് കാണാതിരിക്കാൻ കഴിയുമോ ഈ പ്രണയം പ്രപ

ഞ്ചത്തിനവഗണിക്കാൻ കഴിയുമോ ഞാൻ തിരിച്ചുവരും അമേലിയ .... അഗസ്റ്റാനോയ്ക്കും ഡാനിക്കുമൊപ്പം..! എന്നെ സന്തോഷത്തോടെ യാത്രയാക്കൂ."

അവൾ അവനെ ആലിംഗനം ചെയ്തു. മനസ്സിൽനിന്നും എന്തോ ഒരു ഭാരം അലിഞ്ഞില്ലാതായതായി അവന് തോന്നി. അതുവരെ എവിടെയോ ഒളിച്ചിരുന്ന തിത്തിരിപ്പക്ഷി അവരെ കളിയാക്കി ചിരിച്ചു.

"ലോകത്തിലെ ഏറ്റവും അനുപമമായ പ്രവൃത്തി എന്തെന്ന് അറിയാമോ അമേലിയ."

ജക്കരന്തചില്ലകളെ ആലിംഗനം ചെയ്യുന്ന ഒരു പറക്കുമണ്ണാനെ പോലെ അവന്റെ ശരീരത്തോട് പറ്റിപിടിച്ച് അവൾ അവനെ ശ്രദ്ധിച്ചു.

അവൻ തുടർന്നു.

"ആലിംഗനം."

"ഒരു മനുഷ്യന് മറ്റൊരുവനോട് കാണിക്കാൻ കഴിയുന്ന സ്നേഹത്തിന്റെ ഏറ്റവും ചേതോഹരമായ അടയാളം. നിസ്സഹായരും നിരാലംബരുമെന്ന് സ്വയം തോന്നുമ്പോൾ ആരെങ്കിലും നമ്മെ ഹൃദയത്തോട് ചേർത്ത് ആലിംഗനം ചെയ്താൽ എല്ലാം മറന്ന് നാം ഒരു സുരക്ഷിതബോധത്തിലെത്തും. എല്ലാ പ്രതിസന്ധികളെയും ആശങ്കകളെയും ആ മാത്രയിൽ അത് ഉരുക്കിക്കളയും."

അവൾ അവനെ ശ്രദ്ധാപൂർവ്വം കേട്ടുകൊണ്ടിരുന്നു.

"മനസ്സിൽ അസ്വസ്ഥകൾ കുമിഞ്ഞുകൂടുമ്പോൾ നമ്മെ ആലിംഗനം ചെയ്യാൻ ആരെങ്കിലുമുണ്ടെങ്കിൽക്കൂടി നമുക്കൊരാശ്വാസമായിരിക്കും അതൊരു കൊച്ചുകുട്ടിയാണെങ്കിൽക്കൂടി, ഒരാൾ മറ്റൊരാളെ ഹൃദയത്തോട് ചേർത്ത് പിടിക്കുമ്പോൾ അവർക്കിടയിലെ എല്ലാ അതിരുകളും ഇല്ലാതാവുകയാണ്. ആലിംഗനം ഒരാശ്വാസമാണ്."

അവൾ അവനെ കൂറേക്കൂടി, ചേർത്ത് പുണർന്നു. ജക്കരന്തയ്ക്കിടയിൽ നിന്ന ഒരു ഓക്ക് മരത്തിലേക്ക് തിത്തിരിപക്ഷി പറന്നു ചെന്നിരുന്ന് പാട്ടുപാടി.

ഇനി ഗാന്റിയയിലേക്കുള്ള യാത്ര.

പതിനാറ്

സൂര്യോദയത്തിനും വളരെ മുമ്പ് തന്നെ അവൻ ദൈവമന്ദിരത്തിൽ നിന്നും പുറപ്പെട്ടു. ഒരു പുതിയ ജോലി തേടി ഹെയ്സൻബർഗിലേക്ക് പോകുകയാണെന്നാണ് സാൽവദോർ പുരോഹിതനോട് പറഞ്ഞത്. മൺ ഭരണികളിൽ ചിത്രം വരയ്ക്കുന്ന ഒരു കല ഹെയ്സൻബർഗിൽ പോയി പഠിക്കണമെന്ന് നേരത്തെ തന്നെ അവന് ആഗ്രഹമുണ്ടായിരുന്നു. അതി നായിരിക്കുമെന്നാണ് പുരോഹിതൻ കരുതിയത്.

ഹെയ്സൻബർഗിൽ ചെന്ന് അഗസ്റ്റാനോയുടെ കൂട്ടുകാരനെ തിര യണം. എന്നിട്ട് ഡാനിയെ കണ്ടെത്തണം പിന്നീട് ഗാന്റിയയിലേക്ക് കടക്കാൻ അവന്റെ സഹായവും തേടണം. ഇങ്ങനെയായിരുന്നു അവന്റെ മനസ്സിൽ. എന്നാൽ ആ കൂട്ടുകാരന്റെ പേരോ തൊഴിലോ ഒന്നും അഗ സ്റ്റാനോ പറഞ്ഞിട്ടുണ്ടായിരുന്നില്ല. ഒരു പരിചയവുമില്ലാത്ത നാട്ടിൽ അങ്ങനെയൊരാളെ എങ്ങനെ കണ്ടെത്തുമെന്ന് സാൽവദോറിനറിയില്ലാ യിരുന്നു.

കിലോമീറ്ററുകൾ കാൽനടയായി നടന്നു. സൂര്യകിരണങ്ങൾക്ക് പതിയെ ചൂടേറാൻ തുടങ്ങിയപ്പോൾ അവൻ വഴിയരികിൽ ഒരു പോപ്ലാർ മരത്തിനു ചുവട്ടിൽ വിശ്രമിച്ചു. അപ്പോഴാണ് അതുവഴി ഒരു കുതിരവണ്ടി വരുന്നത് അവൻ കണ്ടത്. വഴിയിലേക്കു ചാടിയിറങ്ങി അവൻ കൈകൾ വീശി. നിമിഷങ്ങൾക്കകം ആ കുതിരവണ്ടി അവന് മുൻപിൽ വന്നു നിന്നു. ഒരു വൃദ്ധനായിരുന്നു വണ്ടി ഓടിച്ചിരുന്നത്. ഹെയ്സൻ ബർഗിലെ ഏതോ ഒരു ഫാമിലേക്കുള്ള ധാന്യങ്ങളും ഉണക്കപ്പുല്ലും മറ്റുമായിരുന്നു വണ്ടിയുടെ പുറകിൽ. ഹെയ്സൻബർഗിലേക്കാണെന്ന് പറഞ്ഞപ്പോൾ അയാൾ നീരസമൊന്നും കൂടാതെ തന്നെ വണ്ടിയിൽ

കയറാൻ അനുവദിച്ചു. അയാളെപ്പോലെ തന്നെ ഒരു കിഴവനായിരുന്നു കുതിരയും. അയാൾ പണ്ട് സൈന്യത്തിലായിരുന്നു. പഴയ യുദ്ധക്കഥകൾ വാതോരാതെ അയാൾ പറഞ്ഞുകൊണ്ടിരിക്കെ ആടിയും ഉലഞ്ഞും നിന്നു കിതച്ചും കിഴവൻ കുതിര പ്രയാണം തുടർന്നു. നടക്കുകയാണെങ്കിൽ ഇതിലും പെട്ടെന്ന് ലക്ഷ്യ സ്ഥാനത്തെത്താം എന്ന് പല തവണ അവൻ വിചാരിച്ചു.

അങ്ങനെ ഹെയ്സൻബർഗിൽ എത്തുമ്പോഴേക്കും ഉച്ചകഴിഞ്ഞിരുന്നു.

ആൾത്തിരക്കും കച്ചവടവും എല്ലാമായി ശബ്ദമുഖരിതമായിരുന്നു ആ പട്ടണം. നൂറുകണക്കിന് മുഖങ്ങൾ. ഇതിനിടയിൽ എങ്ങനെ അഗസ്റ്റാനോയുടെ സുഹൃത്തിനെ കണ്ടെത്തും. ആ കൂട്ടുകാരനിലേക്കുള്ള വഴി ഡാനിതന്നെയാണ്. അങ്ങനെ ഗാന്റിയയിലേക്കു പോകുകയും ചെയ്യാം. പക്ഷേ, വിശാലമായ ആ പട്ടണത്തിൽ ഡാനിയെ കണ്ടെത്തുക എന്നതും അത്രയെളുപ്പമായിരുന്നില്ല. അവൻ ആ തെരുവിലൂടെ മുന്നോട്ട് നടന്നു. അപരിചിതമായ നിരവധി മുഖങ്ങൾ അവന്റെ മുൻപിലൂടെ കടന്നുപോയി. കെട്ടിടങ്ങളും വ്യാപാരസ്ഥാപനങ്ങളും കടന്ന് അവൻ ചെന്നത് താരതമേന്യ തിരക്ക് കുറഞ്ഞ ഒരിടത്തേക്കായിരുന്നു. പെട്ടെന്നാണ് ഒരു കല്ലിൽതട്ടി അവൻ ശക്തിയിൽ നിലത്തുപതിച്ചത്. വീണ ആഘാതത്തിൽ അവൻ നിലവിളിച്ചു.

കർത്താവേ ....!

ആ നിലവിളിക്കു പ്രതിദ്ധ്വനിയെന്നവണ്ണം മറ്റൊരു കരച്ചിൽ കൂടി അവൻ കേട്ടു. അതെ അതു ഡാനിയുടേതായിരുന്നു. പരിക്ക് വകവയ്ക്കാതെ അവൻ ചാടിയെണീറ്റു. എന്നിട്ട് ഉച്ചത്തിൽ വിളിച്ചു.

ഡാനി... ഡാനി...

ഓരോ തവണയും ഡാനി വിളികേട്ടു കരഞ്ഞു. ഡാനിയുടെ കരച്ചിൽ കേട്ട ഇടവഴിയിലൂടെ അവൻ ഓടി. ഇടവഴി അവസാനിക്കുന്നത് ഒരു ചെറിയ കെട്ടിടത്തിന് മുൻപിലായിരുന്നു. ഉപയോഗശൂന്യമായ ഉപകരണങ്ങളും സാധനങ്ങളും അലസമായി കൂട്ടിയിട്ടിരുന്ന അതിന്റെ മുൻഭാഗത്ത് ഇടതുവശത്തായുള്ള ഒരു ചെറു കൂരയിൽ ഡാനി നില്ക്കുന്നു. സാൽവദോറിനെ കണ്ടതോടെ അവൻ കൂടുതൽ ദയനീയമായി കരഞ്ഞു. അവൻ ഓടിച്ചെന്ന് ഡാനിയെ കെട്ടിപിടിച്ചു തേങ്ങി. നിറഞ്ഞകണ്ണുകളോടെ അവനെ നക്കിത്തുടച്ച് ഡാനി സ്നേഹം പ്രകടിപ്പിച്ചു. നന്നേ ക്ഷീണിതനും അവശനുമായിരുന്നു ഡാനി. തിളക്കം മങ്ങി പീളകെട്ടിയ അവന്റെ കണ്ണുകളിൽ രോഗപീഡയുടെ കാഠിന്യം കനത്തുനിന്നു.

“ആരാണ്...”

വെളുത്ത കുപ്പായമിട്ട ദീർഘകായനായ ഒരു യുവാവ് ആയിരുന്നു ആ ചോദ്യം ചോദിച്ചത്.

“ഞാൻ സാൽവദോർ. അഗസ്റ്റാനോയുടെ....”

അവൻ പറഞ്ഞു തീരും മുൻപേ യുവാവ് അവനെ കെട്ടിടത്തിനുള്ളിലേക്ക് കൂട്ടിക്കൊണ്ടുപോയി. വിശന്ന് അവശനായ സാൽവദോറിന് റൊട്ടിയും സലാഡും വിളമ്പി. ആർത്തിയോടെ അവനത് മുഴുവൻ ഭക്ഷിച്ചു. അപ്പോൾ മാത്രമാണ് യുവാവിന്റെ മുഖം നേരെചൊവ്വെ അവന്റെ ദൃഷ്ടിയിൽ പതിഞ്ഞത്.

"ഞാൻ കാർലോസ്. അഗസ്റ്റാനോയെ കാത്താണ് ഞാൻ ഇരിക്കുന്നത്. അവനെപ്പറ്റി വല്ല വിവരവും ഉണ്ടോ?" യുവാവ് ചോദിച്ചു.

താനും അഗസ്റ്റാനോയെ തേടി വന്നതാണെന്നും അതിന് സഹായിക്കണമെന്നും സാൽവദോർ കാർലോസിനോടഭ്യർത്ഥിച്ചു. ഗാന്റിയയിലേക്കു പോകുവാൻ എല്ലാ സഹായങ്ങളും ചെയ്തു കൊടുത്തത് താനാണെന്നും എന്നാൽ പോയതിനുശേഷം അഗസ്റ്റാനോയെപ്പറ്റി യാതൊരു വാർത്തയുമില്ലെന്നും കാർലോസ് പറഞ്ഞു. കഴിഞ്ഞ അഞ്ചു ദിവസങ്ങളായി താൻ അഗസ്റ്റാനോയെ കാത്തിരിക്കുകയാണെന്നും ഉടൻ വരുമെന്ന് പറഞ്ഞ് ഡാനിയെ പരിചരിക്കുവാൻ ഏല്പിച്ചാണ് അഗസ്റ്റാനോ യാത്ര തിരിച്ചത് എന്നും അവൻ പറഞ്ഞു. എന്തെങ്കിലും അപായം സംഭവിക്കുവാനുള്ള സാദ്ധ്യത തള്ളിക്കളയാനാവില്ലെന്ന് കാർലോസ് പറഞ്ഞു.

"എങ്ങനെയെങ്കിലും അഗസ്റ്റാനോയെ കണ്ടെത്തണം. ഗാന്റിയയിലെത്താൻ എന്നെക്കൂടി സഹായിക്കണം കാർലോസ്"

കാർലോസിന്റെ കൈകളിൽ മുറുകെപിടിച്ച് സാൽവദോർ കേണു.

"തീർച്ചയായും അവൻ എന്റെയും നല്ലൊരു സുഹൃത്താണ്. അവനെ കണ്ടെത്തുക എന്റെ കൂടി ആവശ്യമാണ്. റൈൻ കടക്കാൻ ഞാൻ നിന്നെ സഹായിക്കാം."

അവൻ മറുപടി പറഞ്ഞു.

പുറത്തുനിന്നും ഡാനി ദയനീയമായി കരഞ്ഞുകൊണ്ടിരുന്നു.

"എന്തുപറ്റി ഡാനിക്ക്?" സാൽവദോർ ചോദിച്ചു.

അപ്പോഴാണ് കാർലോസ് ആ സംഭവം പറഞ്ഞത്. അഗസ്റ്റാനോ ഡാനിയെ അവിടെ കൊണ്ടുചെല്ലുമ്പോൾ തന്നെ അവന്റെ വലതുകാലിൽ ഒരു മുറിവുണ്ടായിരുന്നു. ആ മുറിവും വച്ചുകൊണ്ടാണ് ഇത്രയധികം ദൂരം അവൻ യാത്ര ചെയ്തത്. അഗസ്റ്റാനോ പോയി പിറ്റേ ദിവസം ആ മുറിവ് പഴുത്തു. ഇപ്പോൾ വ്രണമായി അത് മാറിയിരിക്കുന്നു. ദേഹമാകെ അതിന്റെ വേദനവ്യാപിച്ച് സദാസമയവും അസ്സഹനീയമായി അവൻ നിലവിളിക്കുകയാണ്. അണുബാധ ഉണ്ടായതായാണ് വൈദ്യന്മാർ പറഞ്ഞത്. അവർ മരുന്നു ചെയ്യുന്നുണ്ട്. സുഖം പ്രാപിക്കാൻ സമയം എടുക്കുമെന്നാണവർ പറയുന്നത്.

കേട്ടയുടനെ സാൽവദോർ ഡാനിയുടെ അടുത്തേക്ക് ഓടി. അവന്റെ നെറ്റിയിൽ ചുംബിച്ച് അവനെ കെട്ടിപ്പുണർന്നു.

അന്നു രാത്രി അവൻ അവിടെ തങ്ങി. രാത്രിയിൽ ഇടയ്ക്കിടയുള്ള

ഡാനിയുടെ കരച്ചിൽ അവന്റെ ഉറക്കം നഷ്ടപ്പെടുത്തി. അടുത്ത ദിവസം ഗാന്റിയയിലെത്തി അഗസ്റ്റാനോയെ കണ്ടെത്തുന്നതിനെപ്പറ്റിയായിരുന്നു അവന്റെ ചിന്ത മുഴുവൻ. കാർലോസ് തൊട്ടപ്പുറത്തുള്ള മുറിയിൽ കൂർക്കം വലിച്ചുകിടന്നുറങ്ങി. പുറത്ത് പ്രത്യാശയുടെ നിലാവ് പെയ്തിറങ്ങുന്നുണ്ടായിരുന്നു.

പതിനേഴ്

സൂര്യോദയത്തിനും മണിക്കൂറുകൾക്കു മുൻപേ കാർലോസ് വന്ന് സാൽവദോറിനെ ഉണർത്തി. അപ്പോഴും ഇടയ്ക്കിടയ്ക്കു ഡാനി വേദനകൊണ്ട് കരയുന്നുണ്ടായിരുന്നു. ഒരു കോട്ടുവാ ഇട്ടുകൊണ്ട് അവൻ പുറത്തേക്കിറങ്ങി. എവിടെ നിന്നോ എത്തുന്ന അരണ്ട വെളിച്ചത്തിൽ മുറ്റത്തുനിന്ന ഉണങ്ങിയ ഒരു മരത്തിന്റെ ശിഖരങ്ങൾ മണ്ണിൽ നിഴൽ ചിത്രം വരയ്ക്കുന്നു. കുറേ നേരം അതിൽ നോക്കിനിന്നപ്പോൾ അത് ഒരു ഭീകരസത്വത്തിന്റെ രൂപമെന്നപോലെ അവന് തോന്നി. അപ്പോഴേക്കും കാർലോസ് ചായയുമായി വന്നു. കടുപ്പമേറിയ രുചിയില്ലാത്ത ചായ അവൻ മുത്തി മുത്തി കുടിച്ചു. രുചിയില്ലെങ്കിലും അത് അവന്റെ ശരീരത്തിൽ ഊർജ്ജം നിറയ്ക്കുന്നതുപോലെ അവനു തോന്നി.

"നമുക്ക് ഇപ്പോൾ തന്നെ പുറപ്പെടണം. ഇവിടെനിന്നും കിലോമീറ്ററുകളുണ്ട് കെയ്റിനിലേക്ക്. വണ്ടിയിൽ കയറിക്കോളൂ." അങ്ങകലെയായി നിറുത്തിയിട്ടിരിക്കുന്ന ഒരു കുതിര വണ്ടി ചൂണ്ടി കാർലോസ് പറഞ്ഞു.

കിഴവന്റെ വയസ്സൻ കുതിരപോലെ ഒന്നുമായിരുന്നില്ല, ആരോഗ്യവാനായ ഒരു കറുത്ത കുതിരയായിരുന്നു അത്. ദൂരക്കാഴ്ച്ചയിൽ തന്നെ അതൊരു ബവേറിയൻ കുതിരയാണെന്നവൻ ഉറപ്പിച്ചു. ഹെയ്സൻ ബർഗിലേക്ക് യാത്ര തിരിക്കും മുൻപ് സാൽവദോർ വിചാരിച്ചിരുന്നത് ഹെയ്സൻ ബർഗിനടുത്തുകൂടിയാണ് റൈൻ ഒഴുകുന്നത്, റൈൻ കടന്ന് ഗാന്റിയയിലെത്താമെന്നുമാണ്. എന്നാൽ ഹെയ്സൻ ബർഗിൽനിന്നും കിലോമീറ്ററുകൾ സഞ്ചരിച്ച് കെയ്റിനിൽ എത്തി അവിടെനിന്നും മൂന്നാലു കിലോമീറ്റർ കാട്ടിലൂടെ സഞ്ചരിച്ചുവേണം കടത്തുകാരുടെ അടുത്തെത്താൻ. പിന്നീടുള്ള കാര്യം അവർ നോക്കിക്കോളും.

കാർലോസ് ഉടൻ തന്നെ കുതിരയെ സജ്ജമാക്കി. പോകുന്നതിനു മുൻപ് ഡാനിയെ കണ്ട് അവന്റെ നെറ്റിയിൽ ഒരു ചുംബനവും കൊടുത്തു. കൂടുതൽ ദൈന്യമായ ഒരു മുരൾച്ചയോടെ ഡാനി അവർക്കു യാത്ര ചൊല്ലി.

ഇരുവരും കുതിരവണ്ടിയിൽ കയറി. തണുപ്പിനേയും ഇരുട്ടിനേയും കീറിമുറിച്ച് വേഗത്തിൽ അശ്വം കുതിച്ചു. അപരിചിതമായ ഏതൊക്കെയോ ഇടങ്ങൾ തന്നെ കടന്നു പോകുന്നു. ഇതിനിടയിലെപ്പോഴോ സാൽവദോറിനെ ഒരു ചെറുമയക്കം വന്നു തലോടി. അവൻ കാർട്ടിനുള്ളിലേക്ക് കയറി ഉറങ്ങി. വണ്ടി ശീഘ്രമായ് ഉരുണ്ടുകൊണ്ടിരുന്നു.

കഠിനമായ ചൂടിൽ പരവേശം പൂണ്ട് ഞെട്ടിയുണർന്നപ്പോഴാണ് ആ ഉറക്കം തന്റെ മൂന്നാലുമണിക്കൂർ അപഹരിച്ചുവെന്ന് സാൽവദോറിന് മനസ്സിലായത്. കാർലോസ് മുന്നിലിരുന്ന് വണ്ടിയോടിക്കുകയാണ്.

“ഇന്നലെയും യാത്രയിലായിരുന്നല്ലോ, ക്ഷീണമല്ലേ എന്നു കരുതിയാണ് വിളിക്കാതിരുന്നത്.” കാർലോസ് പറഞ്ഞു.

സാൽവദോർ പുറത്തേക്കു നോക്കി. പരിചിതമല്ലാത്ത ഭൂപ്രകൃതി. ഇടതിങ്ങി നില്ക്കുന്ന മരങ്ങൾ. കല്ലും കുഴിയും നിറഞ്ഞവഴി.

“നാം കാട്ടിലൂടെയാണ് സഞ്ചരിക്കുന്നത്. ഇപ്പോൾ എത്തും.” കാർലോസ് പറഞ്ഞു.

അകലെനിന്നും ഒഴുക്കിന്റെ ഇരമ്പൽ സാൽവദോർ കേട്ടു. അത് അടുത്തടുത്ത് വരുന്നു. പെട്ടെന്ന് വണ്ടി നിന്നു. സാൽവദോർ വണ്ടിയിൽ നിന്നും ചാടിയിറങ്ങി.

റൈൻ... റൈൻ... റൈൻ... അതേ റൈൻ ഒഴുകുകയാണ് ശാന്തമായി. മധുരസുന്ദരമായ ഏതോ ഗീതകം പാടി തന്റെ മുന്നിലൂടെ ഇതാ നദി ഒഴുകുകയാണ്. പ്രതീക്ഷകളും സ്വപ്നങ്ങളും ഭയവും എല്ലാം ഇഴചേർന്ന് അതുവരെ അനുഭവിച്ചിട്ടില്ലാത്ത ഒരു മാനസികാവാസ്ഥയിൽ അവനെത്തി. ആ വനഭൂമിയിൽ മൂന്ന് കുടിലുകൾ അവൻ കണ്ടു. കാർലോസ് അതിലൊന്നിന്റെ മുന്നിലേക്ക് നടന്നു. സാൽവദോർ അപ്പോഴും അപരിചിതമായ റൈന്റെ രൂപഭാവങ്ങൾ വീക്ഷിക്കുകയായിരുന്നു. കാർലോസിനെ കണ്ടയുടനെ കുടിലിൽനിന്നും ഒരു വൃദ്ധൻ ഇറങ്ങിവന്നു. പിന്നീട് ഇരുവരും ആശ്ലേഷിച്ച് എന്തൊക്കെയോ സംസാരിച്ചു. ഇരുവരുടേയും സംഭാഷണത്തിൽ നിന്നും വർഷങ്ങളായുള്ള പരിചയം വെളിവാക്കപ്പെട്ടു. കുറച്ചു സമയത്തിനുശേഷം വൃദ്ധൻ കാർലോസിനൊപ്പം സാൽവദോറിനടുത്തേക്കു വന്നു. ഏതോ പഴങ്കഥകളിൽനിന്നും ഇറങ്ങി വന്ന മായാജാലക്കാരന്റെ രൂപമായിരുന്നു വൃദ്ധന്, അയാളുടെ വേഷവിധാനവും പ്രാകൃതമായിരുന്നു.

“ഇദ്ദേഹം നിന്നെ അക്കരെയെത്തിക്കും” - വൃദ്ധനെ ചൂണ്ടി കാർലോസ് പറഞ്ഞു. സാൽവദോർ തലയാട്ടി.

“ഷെർക്കിലേക്കു കയറിക്കോളൂ.”

ഒരു പരുക്കൻ സ്വരത്തോടെ വൃദ്ധൻ പറഞ്ഞു. എന്താണ് പറഞ്ഞ

തെന്ന് ആദ്യം അവന് മനസ്സിലായില്ല. എന്നാൽ പുഴയോരത്തു കിടന്ന ഒരു പഴയ വള്ളത്തിലേക്ക് ചൂണ്ടിയാണയാൾ അത് പറഞ്ഞത്. തടികൊണ്ടുണ്ടാക്കിയ ഒരു പഴയ വള്ളമായിരുന്നു അത്. നാലുകമ്പുകളിൽ പൊക്കി ചെറിയൊരു മേൽക്കൂരയും അതിനുണ്ടായിരുന്നു. അത്തരത്തിലൊരു വള്ളം അതിന് മുൻപ് അവൻ കണ്ടിട്ടുണ്ടായിരുന്നില്ല. സൈഗാനദിയിലെ മുക്കുവരുടെ വള്ളത്തേക്കാൾ എത്രയോ വ്യത്യസ്തമാണ് ആ വള്ളമെന്നവൻ ചിന്തിച്ചു. വള്ളത്തിൽ കയറുന്നതിന് മുൻപ് അവൻ കാർലോസിന്റെ കരങ്ങൾ തന്നിലേക്ക് ചേർത്തു പിടിച്ചു.

"ഭയപ്പെടേണ്ട. അഗസ്റ്റാനോയെ നീ കണ്ടെത്തും. എല്ലാമറിയുന്നവൻ എല്ലാത്തിനും പരിഹാരം കൈവശമുള്ളവൻ നിന്നോടൊപ്പമുണ്ട്." - കാർലോസ് പറഞ്ഞു.

സാൽവദോർ വൃദ്ധനോടൊപ്പം വള്ളത്തിൽ കയറി. അയാൾ തന്റെ തുഴയാൽ ജലതരംഗങ്ങളെ തള്ളിമാറ്റി വള്ളം മുന്നോട്ടേക്ക് നീക്കി. എവിടെ നിന്നോ ഒരു പൊൻമാൻ പാറിവന്ന് വെള്ളത്തിന്റെ ഓളങ്ങൾക്കിടയിലൂടെ ഊളിയിട്ട് ഒരു ചെറുമീനെ കൊക്കിലൊതുക്കി മരച്ചില്ലകളിലെവിടേക്കോ പറന്നുപോകുന്നത് അവൻ കണ്ടു. മനസ്സിലൂടെ പലപല ചിന്തകൾ കടന്നുപോയി. കരയിൽനിന്ന് കാർലോസ് കൈകളുയർത്തി വീശി യാത്രയേകി. വള്ളം റൈന്റെ ഓളപരപ്പിലൂടെ മറുകരയെ ലക്ഷ്യമാക്കി നീങ്ങിക്കൊണ്ടിരുന്നു.

"നല്ല അടിയൊഴുക്കുണ്ട്."

വൃദ്ധൻ പറഞ്ഞു. തന്നോടാണോ ആത്മഗതമാണോ അയാൾ പറഞ്ഞതെന്ന് അവന് സംശയം തോന്നി. എന്തായാലും അവൻ മറുപടിയെന്നോണം ഒന്നു ചിരിച്ചു. റൈനും തന്നെപ്പോലെതന്നെ പുറമേ ശാന്തമെങ്കിലും ഉള്ളം പ്രക്ഷുബ്ധമാണ്. തന്റെ ദേശവും സ്വപ്നങ്ങളും ജക്കരന്തകളും പ്രണയവുമെല്ലാം ഒരു കരയിൽ വച്ച് മറുകരയിലേക്ക് നീങ്ങുകയാണ് - പ്രിയസുഹൃത്തിനു വേണ്ടി. ഇനി തിരിച്ചുവരുന്നത് അഗസ്റ്റാനോക്കൊപ്പമാവും എന്നവൻ ഉറപ്പിച്ചിരുന്നു.

മരങ്ങൾ തിങ്ങി നിറഞ്ഞ ഒരു ഭൂപ്രദേശത്തേക്കാണ് മറുകരയിൽ വള്ളമടുപ്പിച്ചത്. വൃദ്ധൻ ചാടിയിറങ്ങി വള്ളം കരയിലേക്ക് വലിച്ചടുപ്പിച്ചു. സാൽവദോർ പതിയെ വള്ളത്തിൽ നിന്നുമിറങ്ങി. റൈൻ അവന്റെ കാലുകളെ തഴുകി. ആ നനവിന്റെ കുളിർമ്മ അവന്റെ ഹൃദയത്തിലേക്കും സന്നിവേശിച്ചു. "ഇതുവഴി നടന്നാൽ മതി. കുറച്ചുദൂരമേയുള്ളു."

ആ വനത്തിലൂടെ ഒരു ഇടുങ്ങിയ പാത ചൂണ്ടി വൃദ്ധൻ പറഞ്ഞു. വിരളമായേ അതിലൂടെ സഞ്ചാരമുള്ളു എന്ന് ഒറ്റക്കാഴ്ചയിൽ തന്നെ മനസ്സിലാകും. സാൽവദോർ അയാളുടെ മുഖത്തേക്ക് നോക്കി.

"എല്ലാം ശരിയാകും. പോയ് വരൂ. തിരികെ വരുമ്പോൾ അക്കരെയെത്തിക്കാൻ ഞാനുണ്ടാവും. സർവ്വശക്തൻ കൈവിടില്ല." ശാന്തവും പ്രകാശപൂരിതവുമായിരുന്നു ആ വാക്കുകൾ.

സാൽവദോർ ആ വഴിയിലൂടെ മുന്നോട്ട് നടന്നു. കാഴ്ചയിൽനിന്നും

മറയുന്നതുവരെ അയാൾ അവനെ നോക്കിനിന്നു. തീർത്തും അപരിചിത മായ പ്രദേശം. ബിർച്ച്മരങ്ങളും പൈൻ മരങ്ങളും ഓക്ക് മരങ്ങളും വാൽ നട്ട്മരങ്ങളും പിന്നെയും പേരറിയാത്ത ഒരുപാട് മരങ്ങൾ ഇടതൂർന്നു നില്ക്കുന്ന ആ വനത്തിന് ഒരു പ്രത്യേകഭംഗി ഉണ്ടായിരുന്നു. അവൻ കുറേ ദൂരം നടന്നു. പതിയെ പതിയെ വൻ മരങ്ങൾ അപ്രത്യക്ഷമാകാൻ തുടങ്ങി. കുറ്റിക്കാടുകളും ചെറുമരങ്ങളുമുള്ള ഭാഗികമായി തെളിഞ്ഞ പ്രദേശം. ആ വഴി ചെന്നെത്തിയത് മറ്റൊരു വലിയ പാതയിലേക്കായി രുന്നു. ഇരുവഴികളും സന്ധിക്കുന്നിടത്ത് ഒരു മേപ്പിൾ മരമുണ്ടായിരുന്നു. മഞ്ഞ ഇലകളോട് കൂടിയ ആ മേപ്പിൾ മരം അവൻ ശ്രദ്ധയോടെ മനസ്സിൽ പതിപ്പിച്ചു. അത് അടയാളമാണ്, തിരികെ യാത്രയിലെ അടയാളം. അവൻ മുന്നോട്ട് നടന്നു. ആട്ടിൻപറ്റങ്ങളേയും അവയോ ടൊപ്പം നടക്കുന്ന നീണ്ട ഗൗണിട്ട ചെറുപ്പക്കാരെയും അവൻ കണ്ടു. അവർ അവനെ ശ്രദ്ധിച്ചതു പോലുമില്ല. ദൂരെയെവിടെ നിന്നോ തലച്ചുമടുമായി വെള്ളം കൊണ്ടുവരുന്ന സ്ത്രീകളെയും തെരുവിൽ വഴക്കുകൂടുന്ന കുട്ടികളെയും അവൻ കണ്ടു. ഇടയ്ക്കുവീശുന്ന പൊടിക്കാറ്റ് അവനെ ശ്വാസംമുട്ടിച്ചു. അങ്ങിങ്ങായി ചില വാൽനട്ട് മരങ്ങളും വില്ലോമരങ്ങളും മാത്രമായിരുന്നു ആകെയുള്ള പച്ചപ്പ്.

അവൻ വീണ്ടും മുന്നോട്ട് നടന്നു.

കത്തിയെരിയുന്ന സൂര്യന്റെ താപകിരണങ്ങൾ അവന്റെ ശരീരത്തെ തളർത്തി. ദേഹമാകെ വിയർത്തൊലിച്ചു. അങ്ങകലെ അവൻ കണ്ടു, വലിയ കെട്ടിടങ്ങൾ തിങ്ങി നിറഞ്ഞ ഒരു നഗരം. അതേ അതാണു ഗാന്റിയ. ആ കാഴ്ച അവന്റെ ക്ഷീണമകറ്റി. വേഗതയിൽ അവൻ അങ്ങോ ട്ടേക്ക് കുതിച്ചു.

അവസാനം അവനവിടെയെത്തി. ചുറ്റും വലിയ കെട്ടിടങ്ങൾ, ദേവാ ലയങ്ങൾ, വ്യാപാര കേന്ദ്രങ്ങൾ. വിലകൂടിയ വസ്ത്രമണിഞ്ഞ ആളു കൾ. വഴിയോരങ്ങൾ അൽപെയ്ൻ റോസും ബോൾസം ചെടികളും നട്ട് മനോഹരമാക്കിരിക്കുന്നു. വില്ലോ മരങ്ങളും ചുവന്ന മേപ്പിൾ മരങ്ങളും ആ പ്രദേശത്തെ സുന്ദരസ്വപ്നസദൃശമാക്കുന്നു. പരിചിതമല്ലാത്ത മുഖ ങ്ങൾക്കിടയിലൂടെ അവൻ നടന്നു. ശബ്ദമുഖരിതമായ അന്തരീക്ഷത്തിൽ അവനെ ആരുംതന്നെ ശ്രദ്ധിച്ചില്ല. അവിടെയെവിടെയെങ്കിലും അഗസ്റ്റാ നോയുടെയോ ഇസബെല്ലയുടെയോ മുഖമുണ്ടോ എന്നവൻ തിരഞ്ഞു. ചുട്ടുപൊള്ളുന്ന വെയിലിൽ അവൻ വാടിത്തളർന്നു. ഒരിറ്റുവെള്ളത്തി നായി തൊണ്ടവിതുമ്പി. കൈകാലുകൾ കോച്ചിപിടിക്കുന്നതുപോലെ അവനു തോന്നി. പെട്ടെന്ന് കണ്ണുകളിലേക്ക് ഇരുട്ടുകയറി... നിമിഷ ങ്ങൾക്കകം ബോധരഹിതനായി സാൽവദോർ പിന്നിലേക്കുവീണു.

പതിനെട്ട്

സാൽവദോർ കണ്ണുതുറന്നു. കൺപോളകൾക്കുള്ളിൽ ഒരു ചില ന്തിവല ആവരണം ചെയ്യപ്പെട്ടപോലെ അവനു തോന്നി. താൻ എവിടെ യാണ് ആരാണ് തന്നെ ഇവിടെ എത്തിച്ചത്. അവൻ ചുറ്റും നോക്കി. വൃത്തിഹീനമായ ഒരു മുറി. ചുവരുകൾ വിണ്ടുകീറിയും തറ പൊട്ടി പ്പൊളിഞ്ഞും വസ്തുവകകൾ അലസമായി നിരത്തിയിട്ടും കാണപ്പെട്ട ആ മുറിയിൽ അധികവും ഉപയോഗശൂന്യമായ കുറേ വസ്തുക്കളായി രുന്നു. പഴയ കുറേ പാത്രങ്ങൾ പൊടിപിടിച്ച് കിടക്കുന്നു. വിലകൂടിയതും കുറഞ്ഞതുമായ ചെരുപ്പുകൾ. അംഗഭംഗം വന്ന് മാറാല പിടിച്ച കസേ രയും അലമാരയും. പിന്നെയും എന്തൊക്കെയോ സാധനങ്ങൾ. ആകെ വൃത്തിയോടെ സൂക്ഷിക്കപ്പെട്ട ഏക വസ്തു ഒരു കട്ടിലായിരുന്നു. ആ കട്ടിലിലാണ് താൻ ഇപ്പോൾ കിടക്കുന്നത്. എനിക്കു ദാഹിക്കുന്നു എന്ന് അലറി വിളിച്ച് കരയണമെന്നുണ്ടായിരുന്നു അവന്. പക്ഷേ, വാക്കുകൾ കണ്ഠത്തിലെവിടെയോ കുടുങ്ങിക്കിടന്നു പിന്നെ പെട്ടെന്ന് ചാടിയെഴു ന്നേറ്റ് മേശയിൽ ഒരു കൂജയിൽ വച്ചിരുന്ന വെള്ളം ആർത്തിയോടെ കുടി ച്ചു. വിണ്ടുണങ്ങിയ മണ്ണിലേക്ക് ഒരറിയിപ്പും കൂടാതെ ജീവാംശങ്ങളെ ഉന്മേഷ ഭരിതമാക്കി പെയ്തിറങ്ങിയ ഒരു മഴപോലെ അവനെ അത് ഊർജ്ജ്വസ്വലനാക്കി.

രണ്ടുമുറികൾ മാത്രമുള്ള ഒരു ചെറിയ വീടായിരുന്നു അത്. അടുത്ത മുറിയിലേക്ക് അവൻ സാവധാനം നടന്നു. അവിടെ മദ്ധ്യവയസ്കനായ ഒരാൾ ഒരു ചെരുപ്പ് തുന്നിക്കൊണ്ടിരിക്കുന്നു. നീണ്ട് ഒരു ഭംഗിയുമില്ലാത്ത ദീക്ഷ. ദുരിതവും ദു:ഖവും വിളിച്ചോതുന്ന മുഖം. അയാൾ ആരായിരിക്കും. അവൻ തൊണ്ടകൊണ്ട് ഒരു ചെറിയ ശബ്ദം ഉണ്ടാക്കി. അയാൾ ഒരു പുഞ്ചിരിയോടെ അവനെ നോക്കി.

"ങാ, ഉണർന്നോ?"

"ഞാൻ എവിടെയാണ്, താങ്കൾ ആരാണ്, ഞാൻ എങ്ങനെയിവിടെയെത്തി."

കൃത്യമായ ഇടവേളകളിൽ ചോദ്യങ്ങൾ സാൽവദോറിന്റെ വായിൽ നിന്നും ഒഴുകി.

ഒരു ചിരിയുടെ അകമ്പടിയോടെ അയാൾ പറഞ്ഞു.

"ഇത് എന്റെ ഭവനമാണ്. വഴിയിൽ ബോധരഹിതനായി കിടന്ന താങ്കളെ ഞാനാണിവിടെ കൊണ്ടുവന്നത്."

"ദൈവത്തിന് സ്തുതി, താങ്കൾ ഒരു ദൈവദൂതൻ തന്നെ. ഒരുപക്ഷേ, ഞാനവിടെക്കിടന്ന് മരണപ്പെട്ടു പോവേണ്ടതായിരുന്നു."

"ഒരിക്കവുമില്ല സുഹൃത്തേ, ദൈവത്തിന് കൃത്യമായ പദ്ധതിയുണ്ട്. എല്ലാറ്റിനെപ്പറ്റിയും ഓരോരുത്തരപ്പറ്റിയും ആ പദ്ധതി നടപ്പാക്കാൻ അവിടുന്ന് നമ്മളെ ഉപയോഗിക്കുന്നു എന്നുമാത്രം."

"എന്താണ് അങ്ങയുടെ പേര്."

"പേര്... പേര്...." അയാൾ പരുങ്ങിക്കൊണ്ട് പറഞ്ഞു.

"ഞാൻ ഇവിടെ അറിയപ്പെടുന്നത് ഗുസ്താവ് എന്നാണ്."

"അപ്പോൾ താങ്കൾ ഗാന്റീയാക്കാരനല്ലേ?"

"ഞാൻ ഗാന്റീയാക്കാരനുമാണ്."

"ചെരുപ്പുകുത്തിയാണോ.?"

ഗുസ്താവ് ഒരു പൊട്ടിച്ചിരിയോടെയാണതിന് മറുപടി പറഞ്ഞത്.

"ചെരുപ്പ് കുത്തുന്നവരെല്ലാം ചെരുപ്പ്കുത്തികളാണോ എങ്കിൽ ഞാനുമതേ."

തന്നിൽ നിന്നും എന്തൊക്കെയോ അയാൾ ഒളിക്കുന്നതായി സാൽവദോറിനു തോന്നി. കൈവശം കരുതിയിരുന്ന കുറച്ചു പണം ഭദ്രമായി തന്നെ അവിടെയുണ്ട്. അത്തരം ചോദ്യങ്ങളൊന്നും അയാളോട് ചോദിക്കേണ്ടിയിരുന്നില്ല എന്നവന് തോന്നി. പെട്ടെന്നാണ് വീടിനു പുറത്തു നിന്നും ഒരു വിളിവന്നത്.

"അർമിനോ..... അർമിനോ...."

അയാൾ വാതിൽ തുറന്നു. പുറത്തുനില്ക്കുന്ന ആളെകണ്ട് അയാളുടെ കണ്ണുകളിൽ ഒരു തിളക്കം രൂപപ്പെട്ടു. അയാൾ മുറിയുടെ കോണിൽ സൂക്ഷിച്ചിരുന്ന ഒരു ചാക്കുകെട്ട് വന്നയാൾക്ക് എടുത്തുകൊടുത്തു. അതിനുള്ളിൽ പാത്രങ്ങളും മറ്റും കൂട്ടി ഉരസുന്ന ശബ്ദം കേൾക്കാമായിരുന്നു. വന്നയാളുടെ പക്കൽനിന്നും പണം വാങ്ങി മുഷിഞ്ഞ കോട്ടിന്റെ പോക്കറ്റിൽ നിക്ഷേപിച്ചു. ഗുസ്താവ് വാതിൽ അടച്ചു. നിമിഷങ്ങൾ മാത്രം ദൈർഘ്യമുള്ള കൂടിക്കാഴ്ച. അംഗുലീ പരിമിതമായ വാക്കുകൾ.

"ഗുസ്താവ്, നിങ്ങളുടെ യഥാർത്ഥനാമം അർമിനോ എന്നാണല്ലെ."

സാൽവദോറിന്റെ ചോദ്യത്തിന് അതും എന്റെ പേരാണ് എന്നായിരുന്നു അയാളുടെ മറുപടി.

"ക്ഷമിക്കണം എനിക്ക് താങ്കളെ പറ്റി അറിയണമെന്നുണ്ട്."

"ഞാൻ ഇവിടെ അറിയപ്പെടുന്നത് ഗുസ്താവ് എന്നാണ്. എന്നാൽ അർമിനോ എന്ന് മറ്റുചിലയിടങ്ങളിൽ അറിയപ്പെടുന്നു. ദേശഭേദമനുസരിച്ച് അബ്ബാസ് എന്നും കാലിസ്റ്റസ് എന്നും ഡീൻ എന്നുമൊക്കെ എനിക്ക് പേരുണ്ട്." ചിരിച്ചുകൊണ്ടയാൾ മറുപടി പറഞ്ഞു.

"താങ്കൾ ഒരു വ്യാപാരിയാണ് എന്നുതോന്നുന്നു."

"ഞാൻ ഒരു വ്യാപാരിയാണ്, ചെരുപ്പുകുത്തിയാണ്, പാചകക്കാരനാണ്, തെരുവുഗായകനാണ് ചിലപ്പോഴൊക്കെ ഭിക്ഷകൻ പോലുമാണ്."

"അപ്പോൾ ഒരു ആൾമാറാട്ടക്കാരനാണോ?"

ആ ചോദ്യത്തിനെ അയാൾ നേരിട്ടത് മറ്റൊരു ചോദ്യവുമായാണ്.

"എന്താണ് സുഹൃത്തിന്റെ പേര്, എവിടെ നിന്നും വരുന്നു. ഇതിനു മുമ്പ് ഇവിടെ കണ്ടിട്ടില്ലല്ലോ?"

"എന്റെ പേര് ജോൺ. ഒരാട്ടിടയനാണ്. ഗാന്റിയയ്ക്ക് വടക്ക് ഒരു ഗ്രാമത്തിൽനിന്നും ഒരു ജോലി തേടിയാണിവിടെ വന്നത്."

അങ്ങനെ ഒരു കള്ളം പറയാനാണ് സാൽവദോറിന് തോന്നിയത്. ഗുസ്താവ് ആ കള്ളം വളരെ വേഗം കണ്ടുപിടിച്ചു.

"ഹ..ഹ ഈ കരയും നദികളും എന്തിന് കടൽപോലും കടന്ന് സഞ്ചരിക്കുന്നവനാണ് ഞാൻ. എന്റെ കാലടികൾ പതിയാത്ത ദേശങ്ങളില്ല. എന്തിന് കാർണോവിയ പോലും എനിക്ക് സുപരിചിതമാണ്. ഗാന്റിയയ്ക്കു വടക്ക് ഞാൻ സഞ്ചരിക്കാത്ത ഗ്രാമങ്ങളില്ല. എനിക്കറിയാത്ത ആട്ടിടയൻമാരും. താങ്കൾ മധുരമുള്ള ഒരു കള്ളം പറഞ്ഞിരിക്കുന്നു. ആ കല താങ്കൾക്ക് ഒട്ടം വശമില്ലാഞ്ഞിട്ടു കൂടി. വരൂ ഏതായാലും നമുക്കു ഭക്ഷണം കഴിക്കാം.

ഗുസ്താവ് അടുത്ത മുറിയിൽ ചെന്ന് ബ്രഡ്ഡും മുട്ടയും ഉരുളക്കിഴങ്ങും സോസും ആട്ടിറച്ചി പൊരിച്ചതും കൊണ്ടുവന്നു. സാൽവദോർ ആർത്തിയോടെ അതെല്ലാം കഴിച്ചു. ഭക്ഷണത്തിനുശേഷം ഗുസ്താവ് തന്റെ മുറിയിലേക്ക് പോയി ചെരുപ്പുതയ്ക്കുന്ന പണി തുടർന്നു. അപ്പോഴേക്കും അന്തരീക്ഷത്തിന് ഇരുട്ട് പടർന്നിരുന്നു ഗുസ്താവ് ഒരു വിളക്ക് കത്തിച്ചു.

ആരും പരിചിതരല്ലാത്ത ഈ ദേശത്ത് കർത്താവാണ് ഗുസ്താവിനെ തന്റെ മുന്നിൽ എത്തിച്ചത്. സത്യങ്ങളെല്ലാം അയാളോട് തുറന്നു പറഞ്ഞാൽ ഒരുപക്ഷേ, അയാൾക്കുതന്നെ സഹായിക്കാൻ കഴിഞ്ഞേക്കും സാൽവദോർ ഗുസ്താവിന്റെ അടുത്തേക്കു ചെന്നു.

"ആ കട്ടിലിൽ കിടന്നുറങ്ങിക്കോളൂ." ഗുസ്താവ് പറഞ്ഞു.

"ഗുസ്താവ് എന്റെ യഥാർത്ഥപേരു സാൽവദോർ എന്നാണ് താങ്കൾക്ക് അപ്രിയമായ മറ്റൊരു സത്യം കൂടിയുണ്ട്. ഞാൻ ഒരു കാർണോവിയക്കാരനാണ്."

"അതിൽ എന്താണ് അപ്രിയമായിട്ടുള്ളത്. എത്രയോ തവണ ഞാൻ കാർണോവിയായിൽ വന്നിട്ടുണ്ട്. കാർണോവിയൻ വിരോധം സിരകളിലൊഴുകാൻ ഞാൻ ഗാന്റിയക്കാരനൊന്നുമല്ല. ഇനിയൊരു സത്യം പറ

യട്ടെ ദേശദേശാന്തരങ്ങളിലൂടെ സഞ്ചരിച്ച് എന്റെ സ്വദേശമേതെന്നു പോലും എനിക്ക് തിട്ടമില്ല."

"ഒരു കണക്കിന് കാർണോവിയയും എന്റെ ദേശം തന്നെ."

വിചിത്രമായ സംഭാഷണമായിരുന്നു ഗുസ്താവിന്റെ പ്രത്യേകത. ഒന്നിനും കൃത്യമായ മറുപടി നല്കില്ല. സാൽവദോർ തന്നെപ്പറ്റിയും താൻ ഗാന്റിയയിൽ വന്നതിന്റെ ഉദ്ദേശ്യവുമെല്ലാം ഒരു കഥപോലെ അവൻ പറഞ്ഞു കേൾപ്പിച്ചു. തന്നെ സഹായിക്കണമെന്നും അവൻ അപേക്ഷിച്ചു.

"തീർച്ചയായും എനിക്കു താങ്കളെ സഹായിക്കാൻ കഴിയും. പക്ഷേ, സാൽവദോർ ഒരു കാർണോവിയക്കാരനാണെന്ന് മറ്റാരും അറിയരുത്. ഗാന്റിയയ്ക്കു വടക്കുള്ള ഗ്രാമത്തിൽനിന്നും വന്ന ആട്ടിടയനായ ജോൺ ആണ് റൈൻ തിരികെ കടക്കുന്നതുവരെ നീ. പക്ഷേ, അഗസ്റ്റാനോ പറഞ്ഞ കഥകളൊന്നും അത്ര വിശ്വസനീയമല്ല. ഗാന്റിയയിൽ അങ്ങ നെയൊരു ജൂത കുടുംബമുള്ളതായി എനിക്കറിയില്ല. കച്ചവടക്കാരനെ ങ്കിൽ ആ കുടുംബനാഥനെ തീർച്ചയായും ഞാൻ അറിയേണ്ടതാണ്. ഏതായാലും നമുക്കന്വേഷിക്കാം. എനിക്കു പുറത്തുവരെ പോകേണ്ട ആവശ്യമുണ്ട്. സാൽവദോർ കിടന്നോളു."

ഗുസ്താവ് ഒരു കോട്ടെടുത്തണിഞ്ഞു. എവിടേക്കാ ഈ രാത്രിയിൽ പോകുന്നതെന്ന് ചോദിക്കണമെന്നവന് ഉണ്ടായിരുന്നു. പക്ഷേ, ചോദി ച്ചില്ല. ഉത്തരമില്ലാത്ത ഒരു മറുപടിയാവും ഉണ്ടാവുക എന്നവന് അറിയാ മായിരുന്നു. അയാൾ ഇരുട്ടിലൂടെ വേഗത്തിൽ നടന്നു. അയാൾ ദൃഷ്ടി പഥത്തിൽനിന്നും മാറിയപ്പോൾ അവൻ വാതിലടച്ചു കുറ്റിയിട്ടു.

പത്തൊൻപത്

"എന്റെ ഇടനെഞ്ചിലേക്കു നീ തലചായ്ച്ചിടു
ഹൃദയതാളം മെല്ലെ ചെവിയോർത്തിടു"

ഡാനിയേലസിന്റെ മധുരഗാനം കേട്ടാണ് സാൽവദോർ ഉണർന്നത്. ഗുസ്താവ് ഭക്ഷണം പാകം ചെയ്യുന്നു. അവൻ ഗുസ്താവിന്റെ അടുത്തേക്ക് സാവധാനം ചെന്നു.

"നിങ്ങൾക്കെങ്ങനെ ഈ പാട്ടറിയാം." അവൻ ചോദിച്ചു.

"ഇതെന്റെ പ്രിയപ്പെട്ട ഗാനമാണ്. എന്റെ മാത്രമല്ല പലരുടേയും. വർഷങ്ങൾക്കുമുൻപ് ഏതോയാത്രയിൽ വച്ച് കിട്ടിയതാണീ ഗാനം."

"ഇത് ഞങ്ങളുടെ അനശ്വര കവി ഡാനിയേലസിന്റെ മനോഹര കവിതയാണ്. ഞങ്ങൾ കാർണോവിയക്കാരുടെ ഹൃദയരാഗമാണിത്."

"കവികൾ ഒരു നാടിന്റെയും സ്വകാര്യ സ്വത്തല്ല ജോൺ. ക്ഷമിക്കണം സാൽവദോർ, അവർ വിശ്വപൗരന്മാരാണ്."

"അതു ശരിയാണ്. പക്ഷേ, ഈ ഗാനം കേൾക്കുമ്പോൾ എന്റെ നാടിനെക്കുറിച്ചുള്ള ഓർമ്മകൾ ഹൃത്തിൽ വന്നു നിറയുന്നു. എന്തുതന്നെയായാലും ഈ ദിവസത്തിന്റെ തുടക്കം ഈ ഗാനംകൊണ്ട് പ്രകാശിതമാക്കിയതിന് നന്ദി."

ഗുസ്താവ് ഒന്നു പുഞ്ചിരിച്ചു.

"ഇന്നലെ എപ്പോൾ വന്നു" - സാൽവദോർ ചോദിച്ചു.

"ഞാൻ ഇന്നു പുലർച്ചയ്ക്കാണു വന്നത്."

കടുപ്പത്തിൽ ഒരു കപ്പ് ചായ സാൽവദോറിനു നേരേ നീട്ടിക്കൊണ്ട് ഗുസ്താവ് പറഞ്ഞു.

ഇന്നലെ രാത്രിയിൽ എവിടെയായിരുന്നെന്ന് ചോദിക്കണമെന്ന് അവനുണ്ടായിരുന്നു. പക്ഷേ, ചോദിച്ചില്ല. ഉത്തരമില്ലാത്ത ഉത്തരങ്ങളാവും

മറുപടി എന്നവന് ഉറപ്പായിരുന്നു. ചൂടുചായ മുത്തിക്കുടിക്കുമ്പോഴാണ് പുറത്തുനിന്നും ആരോ വാതിലിൽ മുട്ടിയത്. ഗുസ്താവ് പെട്ടെന്നു ചെന്ന് വാതിൽ തുറന്നു. ഒരു പാതിരിയുടെ വേഷത്തോട് സാമ്യമുള്ള വസ്ത്രം ധരിച്ച് ഒരു വൃദ്ധൻ അകത്തേക്കു കടന്നു വന്നു.

"അലൻസിയർ, കാര്യങ്ങളെന്തായി?" ഗുസ്താവിനോട് വൃദ്ധൻ ചോദിച്ചു. അതിന് മറുപടി ഒന്നും പറയാതെ ഗുസ്താവ് അലമാര തുറന്ന് ഒരു പൊതി വൃദ്ധന്റെ കൈയിൽ കൊടുത്തു. ദൈവം അനുഗ്രഹിക്കട്ടെ എന്ന് പറഞ്ഞ് വൃദ്ധൻ പുറത്തേക്ക് പോയി. സാൽവദോർ ഇതെല്ലാം അകത്തുനിന്ന് വീക്ഷിക്കുന്നുണ്ടായിരുന്നു.

"ആരാണ് അലൻസിയർ."

"അതും ഞാൻ തന്നെ" ഗുസ്താവ് പറഞ്ഞു

"നിങ്ങൾ ഒരു ആൾമാറാട്ടക്കാരനും മോഷ്ടാവുമാണെന്ന് ഞാൻ പറഞ്ഞാൽ നിങ്ങൾ എന്തു പറയും. അല്ലെങ്കിൽ പിന്നെ രാത്രിയിൽ നിങ്ങൾ എവിടെപ്പോയതായിരുന്നു."

ഗുസ്താവ് തന്നോട് ദേഷ്യപ്പെടും എന്നു കരുതി തന്നെയാണ് സാൽവദോർ ആ ചോദ്യം ചോദിച്ചത്. പക്ഷേ, ഒരു ചിരിയായിരുന്നു മറുപടി. എന്നിട്ട് കട്ടിലിലേക്കു കിടന്ന് കണ്ണുകളടച്ചു. നിമിഷങ്ങൾക്കകം കൃത്യമായ ഇടവേളകളിൽ കൂർക്കം വലി ഉയർന്നു.

കുറേനേരം സാൽവദോർ മുറിയിലൂടെ നടന്നു. അതിനുശേഷം പതിയെ പുറത്തേക്കിറങ്ങി. തണുപ്പ് പതിയെ മാറി വരുന്നതേയുണ്ടായിരുന്നുള്ളു. പക്ഷേ, നിരത്തുകളിൽ ആൾത്തിരക്കിന് കുറവൊന്നും ഉണ്ടായിരുന്നില്ല. വലിയ കെട്ടിടങ്ങളും നല്ല റോഡുകളും ഒക്കെയുള്ള ആ നഗരത്തിന് ഗുസ്താവിന്റെ വീട് ഒരഭംഗിയാണെന്ന് സാൽവദോറിന് തോന്നി.

പൊട്ടിപ്പൊളിഞ്ഞ രണ്ട് മുറികളോട് കൂടിയ ആ ചെറിയ വീട് നഗരത്തിന്റെ ഒരു ഭാഗമല്ല എന്നുള്ള രീതിയിലാണ് നിലകൊണ്ടിരുന്നതും. അത്തരത്തിലൊരു കെട്ടിടം ചുറ്റുപാടൊന്നുംതന്നെ ഇല്ലായിരുന്നു. അവൻ റോഡിലൂടെ മുന്നോട്ട് നടന്നു. ഒരോ നിമിഷം കഴിയുംതോറും നഗരത്തിലെ തിരക്ക് കൂടി വരുന്നതായി അവന് തോന്നി. ആരെങ്കിലും ചോദിച്ചാൽ ജോണെന്നാണ് പേരെന്നും ഗുസ്താവിന്റെ ബന്ധുവാണ് താനെന്നും പറയണമെന്ന് അവൻ മനസ്സിലുറപ്പിച്ചു. പക്ഷേ, ആരും ചോദിച്ചില്ല തിരക്കേറിയ ജീവിതത്തിൽ തങ്ങൾക്കാരേയും ശ്രദ്ധിക്കാൻ സമയമില്ല. എന്നമട്ടിലായിരുന്നു പലരുടേയും നടത്തം.

പെട്ടെന്നാണ് രണ്ടുപേർ പ്രത്യേക വേഷവിധാനങ്ങളോട് കൂടി വെവ്വേറെ കുതിരപ്പുറത്ത് വളരെ വേഗത്തിൽ നഗരമദ്ധ്യത്തിലൂടെ കടന്നു വരുന്നത് അവൻ കണ്ടത്. ഒരു ഞെട്ടലോടെ അവൻ ഉരുവിട്ടു, പട്ടാളക്കാർ! ഇരുമ്പഴികളും ഇരുട്ടറയും നിലവിളികളുമൊക്കെ അവന്റെ മനസ്സിലൂടെ മിന്നൽ വേഗത്തിൽ കടന്നുപോയി. പക്ഷേ, പ്രതീക്ഷിച്ചപോലെയൊന്നും ഉണ്ടായില്ല. ആ കുതിരക്കുളമ്പടി അവന്റെ കാതുകളെ വിറ

പ്പിച്ച് പിന്നീട് അകലങ്ങളിലേക്ക് നേർത്ത് നേർത്ത് ഇല്ലാതായി. 'ജീസസ് നീ എന്നെ രക്ഷിച്ചു.' പലയാവർത്തി മനസ്സിലവൻ ഉരുവിട്ടു.

നെഞ്ചിടിപ്പ് സാധാരണഗതിയിൽ ആയപ്പോൾ അവൻ വീണ്ടും മുന്നോട്ട് നടക്കാൻ തുടങ്ങി. ഗാന്റിയയുടെ അജ്ഞാത സൗന്ദര്യത്തിലേക്ക് വീണ്ടും അവൻ ആകൃഷ്ടനായി. പക്ഷേ, നഗരവീഥികളിലെവിടെ നിന്നോ ചോരയുടേയും മദ്യത്തിന്റേയും ഗന്ധം അവനെ പിന്തുടർന്നുകൊണ്ടിരുന്നു.

അഗസ്റ്റാനോ പറഞ്ഞത് എത്ര സത്യമെന്നവന് തോന്നി. എല്ലാവരും സുന്ദരന്മാർ, സുന്ദരികൾ. ആ നടത്തത്തിൽ താൻ കണ്ടുമുട്ടിയ യുവതികളെല്ലാം ആകാശവാതായനങ്ങൾ തുറന്ന് ഭൂമിയിലേക്ക് ഇറങ്ങിയ സ്വർഗ്ഗസുന്ദരികളാണെന്ന് അവന് തോന്നി. അമേലിയയ്ക്കാണോ അവർക്കാണോ കൂടുതൽ സൗന്ദര്യം. അത് അമേലിയയ്ക്ക് തന്നെ. അല്ലെങ്കിലും സ്വന്തം പ്രയതമയുടെ മുഗ്ദ്ധസൗന്ദര്യം ആഴത്തിൽ മനസ്സിലാക്കിയിട്ടുള്ള ആരെങ്കിലും അതിനെ മറ്റ് സൗന്ദര്യ രൂപങ്ങളുമായി താരതമ്യപ്പെടുത്തുമോ.

പിന്നീടവൻ ചിന്തിച്ചത് ഗുസ്താവിനെ പറ്റിയാണ്. ഗുസ്താവിനെപ്പറ്റി തനിക്കൊന്നും അറിയില്ല. അയാളുടെ കുടുംബം, തൊഴിൽ, എന്തിന് പേര് പോലും കൃത്യതയോടെ അറിയില്ല. തന്റെ കൈയിൽ ഒരുപാട് പണമുണ്ടെന്ന് കരുതി അപായപ്പെടുത്തി പണാപഹരണം നടത്താൻ കൂടെ കൂടിയതാവുമോ അവൻ ചിന്തിച്ചു. അങ്ങനെ ഒരിക്കലും ആവില്ല. കാരണം ഗുസ്താവിൽ ഒരു നന്മയുണ്ട്. നിർവ്യാജമായ ഒരു നന്മ. ആ നന്മയാണ് തന്റെ ജീവൻ രക്ഷിച്ചതും ഇപ്പോൾ തന്നെ സംരക്ഷിക്കുന്നതും.

വഴിയരികിൽ ഒരിടത്തും ജൂതപ്പള്ളിയോ ജൂതന്മാരെയോ സാൽവദോർ കണ്ടില്ല. അഗസ്റ്റാനോ നീ എവിടെയെന്ന് ഉച്ചത്തിൽ വിളിച്ചുചോദിക്കണമെന്ന് അവനുണ്ടായിരുന്നു. പക്ഷേ, ചോദിച്ചില്ല.

ഏതോ ഒരു വില്ലോ മരത്തിലിരുന്ന് തിത്തിരിപ്പക്ഷി ശബ്ദമുണ്ടാക്കി. ജക്കരന്തയിൽ താമസിക്കുന്ന ആ തിത്തിരിപ്പക്ഷിയാണോ എന്നവൻ കാതോർത്തു. പക്ഷേ, ഇത് ആ പക്ഷിയല്ല. അത് എത്ര മനോഹരമായാണ് പാടുന്നത്. എത്ര ശ്രുതിമധുരമാണതിന്റെ സംഗീതം. ഒരുപക്ഷേ, അതിനെ സംഗീതം പഠിപ്പിച്ചത് ജക്കരന്തമരമാവും. ജക്കരന്തയുടെ സംഗീതഗുരു തീർച്ചയായും ആ തെക്കൻ കാറ്റാകാം. ആ സംഗീതമാണ് തിത്തിരിപ്പക്ഷി തന്നെ മറഞ്ഞിരുന്ന് പാടികേൾപ്പിച്ചിരുന്നത്. അതുതന്നെയാണ് ബ്രസീലിയൻ ജക്കരന്തയുടെ തടിയിൽ തീർത്ത തോബിയാസിന്റെ ഗിത്താറിൽനിന്നും ഉതിരുന്നത്. പ്രകൃതിയുടെ സംഗീതത്തേയും അതിന്റെ കൈമാറ്റ ലയനത്തേയും പറ്റി അവൻ ഓർത്തു.

വെയിൽ കനക്കാൻ തുടങ്ങിയപ്പോൾ അവൻ തിരികെ നടക്കുവാൻ തുടങ്ങി. വഴിയോരങ്ങളെല്ലാം ജനനിബിഡവും കച്ചവടത്തിരക്കേറിയും കാണപ്പെട്ടു.

തിരികെയെത്തുമ്പോൾ കട്ടിൽ ഒഴിഞ്ഞു കിടന്നിരുന്നു. ഭക്ഷണം മേശപ്പുറത്തെടുത്തു വച്ചിട്ടുണ്ട്. ഗുസ്താവ് പുറത്തുപോയിരിക്കണം. ആകെയുള്ള കട്ടിലിന്റെ പേരിൽ ഒരു പ്രശ്നമുണ്ടാകാത്തത് ഒരേ സമയം രണ്ടുപേരും അതിന്റെ ആവശ്യക്കാരല്ലാത്തതുകൊണ്ടാണ്. അവൻ പതിയെ കട്ടിലിലേക്കു തലചായ്ച്ചു. വീണ്ടും കാർണോവിയയും അമേലിയയും ജക്കരന്തയും തിത്തിരിപ്പക്ഷിയുമൊക്കെ അവന്റെ മനസ്സിലേക്കു കടന്നു വന്നു.

അവിചാരിതമായാണ് ഗുസ്താവ് വാതിലുകൾ തട്ടിത്തുറന്ന് മുറിയിലേക്ക് കടന്നു വന്നത്. സാൽവദോർ കട്ടിലിൽനിന്നും ചാടിയെഴുന്നേറ്റു.

"എന്താണ് എന്തുപറ്റി ഗുസ്താവ്" - അവൻ ചോദിച്ചു

ഉത്തരം പറയാനാവാത്ത വിധം ഗുസ്താവ് അണയ്ക്കുന്നുണ്ടായിരുന്നു. മേശപ്പുറത്ത് ഒരു കുടത്തിൽ വച്ചിരുന്ന വെള്ളം ആർത്തിയോടെ കുടിച്ച് ഗുസ്താവ് കട്ടിലിലേക്ക് ഇരുന്നു. എന്താണ് ഗുസ്താവിന്റെ വായിൽ നിന്നും വരുന്നതെന്നറിയാൻ അവൻ ആകാംക്ഷയോടെ കാത്തു നിന്നു. സാവധാനം ഗുസ്താവ് പറഞ്ഞു തുടങ്ങി.

"എന്റെ ഊഹങ്ങളെല്ലാം കൃത്യമായിരുന്നു സാൽവദോർ, അവസാനം അഗസ്റ്റാനോ എവിടെയെന്ന് ഞാൻ കണ്ടെത്തിയിരിക്കുന്നു."

ഗുസ്താവിന്റെ അടുത്തേക്ക് ഓടി വന്നിരുന്ന് സാൽവദോർ ചോദിച്ചു.

"എവിടെ എവിടെയാണെന്റെ അഗസ്റ്റാനോ?"

"പറയാം എല്ലാം പറയാം പക്ഷേ, പറയുന്നത് ആത്മനിയന്ത്രണത്തോട് കൂടിയേ നീ കേൾക്കാവു."

ഒരു ഇടവേളയ്ക്കുശേഷം ഗുസ്താവ് തുടർന്നു.

"നിന്റെ സുഹൃത്ത് വലിയ ഒരു കുരുക്കിൽ പെട്ടിരിക്കുകയാണ്. അനുമതിയില്ലാതെ ഗാന്റിയയിൽ പ്രവേശിക്കുന്ന ഒരു കാർണോവിയക്കാരെനെ നുഴഞ്ഞുകയറ്റക്കാരനാണെന്നും രഹസ്യങ്ങൾ ചോർത്തിയെടുക്കാൻ വരുന്നവനായിട്ടൊക്കെയാണ് ഇവിടെ കാണുന്നതെന്നും പിടിയ്ക്കപ്പെടുന്നവർ ആജീവനാന്തം ജയിലിലടയ്ക്കപ്പെടുമെന്നും നിനക്കറിവുള്ളതാണല്ലോ."

"അപ്പോൾ അഗസ്റ്റാനോ?" സാൽവദോർ ഇടയ്ക്കുകയറി.

"അതെ, അവൻ ഇപ്പോൾ ജയിലിലാണ്."

"ദൈവമേ, അവൻ അത്തരത്തിലൊരു അപകടത്തിൽ പെടുവാനാണ് സാദ്ധ്യത എന്നെനിക്കറിയാമായിരുന്നു. പക്ഷേ, അങ്ങനെയാവരുതേ എന്ന് ഞാൻ ആഗ്രഹിച്ചു. പ്രാർത്ഥിച്ചു. എന്റെ ദൈവമേ, എന്റെ അഗസ്റ്റാനോയ്ക്കു ഈ ഗതി വന്നല്ലോ. ഒരുപാട് ഉയരത്തിൽ പറക്കാൻ ആഗ്രഹിച്ച ആ പക്ഷിയുടെ ചിറകുകൾ അരിഞ്ഞു വീഴ്ത്തപ്പെട്ടല്ലോ! ഞങ്ങൾ അനാഥരായതുകൊണ്ട് ഞങ്ങളുടെ പ്രാർത്ഥനകൾക്കു വിലയില്ലേ.... അശരണരായവർക്ക് സ്വപ്നം കാണാൻ അവകാശമില്ലേ.... ദു:ഖങ്ങളും ദുരിതങ്ങളും മാത്രമേ സാമ്പാദിക്കാൻ പാടുള്ളു എന്ന് എഴുതപ്പെട്ടിട്ടുണ്ടോ."

സാൽവദോറിന്റെ കണ്ണുകൾ നിറഞ്ഞു. ഇരു കൈകളും തലയിൽ വച്ച് അവൻ തേങ്ങി.

"സാൽവദോർ, ജീവിക്കാൻ എളുപ്പമാണ്. അതിജീവിക്കാനാണ് പാട്. അറിയുക എളുപ്പമാണ്. തിരിച്ചറിയുക എന്നതാണ് ശ്രമകരം. നമുക്ക് ഈ പ്രതിസന്ധി പരിഹരിക്കാനാവും സുഹൃത്തേ."

"എന്താണ് യാഥാർത്ഥത്തിൽ സംഭവിച്ചത്. ഇസബെല്ലയും കുടുംബവും അവനോടൊപ്പം ജയിലിലാണോ. അതോ അവർ രക്ഷപ്പെട്ടോ?" - സാൽവദോർ ചോദിച്ചു.

"ജയിൽ ജീവനക്കാരനായ എന്റെ ഒരു സുഹൃത്ത് മുഖേനയാണ് ഞാൻ അന്വേഷിച്ചത്. അഗസ്റ്റാനോ ഒറ്റയ്ക്കാണ് പിടിക്കപ്പെട്ടത്. ഇസബെല്ലയെ പറ്റിയോ ആ കുടുംബത്തെപ്പറ്റിയോ നാളിതുവരെ ഞാൻ കേട്ടിട്ടില്ല. പക്ഷേ, എന്റെ സുഹൃത്ത് പറഞ്ഞത് അഗസ്റ്റാനോ അവന്റെ കാമുകിയാൽ വഞ്ചിക്കപ്പെട്ട് ജയിലിലകപ്പെട്ടതാണെന്നാണ്" - ഗുസ്താവ് മറുപടി പറഞ്ഞു.

"ജീസസ്, അപ്പോൾ എന്റെ നിഗമനങ്ങൾ എത്ര ശരിയായിരുന്നു. അവൾ ചതിച്ചതാണ്. പണമെല്ലാമപഹരിച്ചെടുത്ത് നിഷ്കളങ്കനായ എന്റെ സ്നേഹിതനെ കെണിയിൽ പെടുത്തി."

അഗസ്റ്റാനോ എന്റെ അഗസ്റ്റാനോ എന്ന് തുടരെ പതം പറഞ്ഞ് അവൻ കട്ടിലിലേക്ക് വീണു. നിമിഷങ്ങൾക്കുശേഷം ഒരു വെളിപാടുണ്ടായതുപോലെ ഗുസ്താവിന് നേരെ തിരിഞ്ഞ് ഉച്ചത്തിലവൻ പറഞ്ഞു.

"നമുക്കവനെ രക്ഷിക്കണം. എന്തു ചെയ്തും എനിക്കവനെ കാർണോവിയയിലെത്തിക്കണം. എന്നെ സഹായിക്കില്ലേ ഗുസ്താവ്. എന്റെ മുന്നിൽ ഇനി നിങ്ങൾ മാത്രമാണാശ്രയം."

"തീർച്ചയായും ഞാൻ നിന്നോടൊപ്പമുണ്ട്. പക്ഷേ, ഏറ്റവും ശ്രമകരമായ ഒരു കാര്യമാണത്" - ഗുസ്താവ് പറഞ്ഞു.

"എനിക്കവനെ ഒന്നു കാണണമെന്നുണ്ട്. നമുക്ക് ജയിലിലേക്ക് ഒന്നു പോയാലോ"

"എന്ത് മണ്ടത്തരമാണ് നീ പറയുന്നത്. എന്നിട്ട് വേണോ നിനക്കു കൂടി ജയിലഴിക്കുള്ളിലകപ്പെടാൻ."

"നാം എങ്ങനെയാണവനെ രക്ഷിക്കുക ഗുസ്താവ്, താങ്കൾ എന്നെപ്പോലെയല്ലല്ലോ, ലോകപരിചയം ഉള്ളയാളല്ലേ."

ഗുസ്താവ് കട്ടിലിൽനിന്നും എഴുന്നേറ്റ് മുറിക്കു കുറുകെ ഉലാത്തുവാൻ തുടങ്ങി. നടത്തം കുറേയാവർത്തി കഴിഞ്ഞപ്പോൾ ഗുസ്താവ് പറഞ്ഞുതുടങ്ങി.

"അനുമതിയില്ലാതെ പ്രവേശിച്ചയാളെ കരുതൽ തടങ്കലിൽ വയ്ക്കും. അയാൾ മോഷ്ടാവോ കുറ്റവാളിയോ മറ്റ് രാജ്യദ്രോഹപ്രവൃത്തികൾ ചെയ്യാത്തയാളോ ആണെങ്കിൽ കോടതിക്ക് അയാളെ വിട്ടയയ്ക്കാം. പക്ഷേ, അങ്ങനെ വിട്ടയയ്ക്കുമ്പോൾ മൂന്ന് കാര്യങ്ങളാണ് പ്രധാനം. ഒന്ന്, അയാൾ ഉപദ്രവകാരിയല്ല എന്ന് കോടതിക്കു ബോദ്ധ്യപ്പെടണം.

രണ്ട് ഗവൺമെന്റിന്റെ പ്രത്യേക അനുമതിയോട് കൂടി കച്ചവടത്തിന് വരുന്ന കാർണോവിയക്കാരായ വൻ വ്യാപാരികളുണ്ട്. അവരിലാരുടെയെങ്കിലും ജാമ്യം. മൂന്ന്, പിഴയടയ്ക്കണം. അത് മുപ്പതിനായിരം മാർക്സ് വരും.”

“മുപ്പതിനായിരം മാർക്സോ” - സാൽവദോർ തലയിൽ കൈവച്ചു.

“ഒരു ദിവസം എല്ല് മുറിയെ പണിയെടുത്താൽ സാൽവദോറിന് കിട്ടിയിരുന്ന കൂലി അഞ്ച് മാർക്സ് ആണ്. ചില ദിവസങ്ങളിൽ ഒരു ഫെന്നിങ്ങിനുപോലും നിവൃത്തിയില്ലാതെ അലഞ്ഞിട്ടുണ്ട്. പട്ടിണി കിടന്നിട്ടുണ്ട്. നൂറ് മാർക്സിൽ കൂടുതൽ അവൻ കൈകാര്യം ചെയ്തിട്ടു പോലുമില്ല. അന്ന് കാർണോവിയയിൽനിന്നും പുറപ്പെടുമ്പോൾ അഗസ്റ്റാനോയുടെ കൈയിലുണ്ടായിരുന്ന ആകെ സമ്പാദ്യം 2000 മാർക്സാണ്.”

സൂര്യൻ പടിഞ്ഞാറൻ ചക്രവാളത്തിലൊളിച്ചു. നഗരത്തിലെപ്പോലെ അവന്റെ മനസ്സിലും ഇരുൾ പടർന്നു. അന്ന് ഗുസ്താവും സാൽവദോറും ഒരുമിച്ചാണ് കിടന്നത്. ഇടയ്ക്കിടയുള്ള സാൽവദോറിന്റെ നെടുവീർപ്പുകളിൽ ഗുസ്താവിന്റെ ഉറക്കം നഷ്ടപ്പെട്ടു. എവിടെ നിന്നോ എത്തിയ മയക്കം ഒരു ലഹരിപോലെ അവന്റെ തലയ്ക്കു പിടിച്ചു. മുപ്പതിനായിരം മാർക്സ് എന്നും അഗസ്റ്റാനോ എന്നുമൊക്കെ അവ്യക്തമായി പുലമ്പിക്കൊണ്ടേയിരുന്നു.

ഇരുപത്

പുലർച്ചെ കട്ടൻചായയുമായി സാൽവദോറിനെ വിളിച്ചുണർത്തിയത് ഗുസ്താവായിരുന്നു. ചായ സാവധാനം കുടിച്ചുകൊണ്ട് സാൽവദോർ ചോദിച്ചു.

"ഈ പ്രതിസന്ധിയിൽനിന്നും എനിക്കെങ്ങനെ കരകയറാൻ സാധിക്കും ഗുസ്താവ്, ഞാൻ പരാജയപ്പെടുകയാണോ?"

ഗുസ്താവ് മറുപടിയൊന്നും പറഞ്ഞില്ല. ഗുസ്താവും ചിന്താകുലനായിരുന്നു. നിശ്ശബ്ദത മാത്രം കൈമാറുന്ന ആലോചനാ നിമഗ്നമായ ഒരുപാട് നിമിഷങ്ങൾ കടന്നുപോയി.

"നമുക്കൊന്നു നടക്കാനിറങ്ങാം" - ഗുസ്താവ് പറഞ്ഞു.

നിമിഷങ്ങൾക്കകം ഇരുവരും പുറത്തേക്കിറങ്ങി.

നേർത്ത മഞ്ഞ് പെയ്യുന്ന ഒരു പുലർകാലം. വില്ലോ മരങ്ങളിൽ പറ്റിപ്പിടിച്ചിരിക്കുന്ന ഹിമബിന്ദുക്കൾ കിഴക്കൻ ചക്രവാളങ്ങളിൽ നിന്നെത്തുന്ന രശ്മികളിൽ വജ്രം പോലെ തിളങ്ങി.

എവിടേക്കെന്നോ എന്തിനെന്നോ ചോദിക്കാതെ സാൽവദോർ ഗുസ്താവിനെ പിന്തുടർന്നു. വൃത്തിയും ഭംഗിയുമുള്ള വഴികൾ കടന്ന് കെട്ടിടങ്ങളും ഫാക്ടറികളും കടന്ന് അവർ എത്തിയത് ഒരു നദിയോരത്താണ്. റൈനിന്റെ ഏതെങ്കിലും കൈവഴിയാവുമെന്നവൻ വിചാരിച്ചു. ഗുസ്താവിനോട് സംശയ നിവൃത്തി വരുത്തിയതുമില്ല. എന്തൊക്കെയോ പരാതികൾ പറഞ്ഞ് പരിതപിച്ച് നദി ശബ്ദകോലാഹലങ്ങളോടെ തവിട്ടു നിറത്തിൽ ഒഴുകിക്കൊണ്ടിരുന്നു. നഗര ജീവിതത്തിന്റെ ബാക്കിപത്രമാണാനദി. സുന്ദരവും ചലനാത്മകവുമെന്ന് തോന്നുന്ന തിരക്കേറിയ നഗരത്തിന്റെ മാനസിക സംഘർഷങ്ങളും ബുദ്ധിയുടെ പിരിമുറുക്കങ്ങളും കാപട്യത്തിന്റേയും സ്വാർത്ഥലാഭത്തിന്റേയും അഴുക്കും വഹിച്ച്

കൊണ്ടുള്ള ഒഴുക്ക്. മലഞ്ചെരുവിലും പ്രകൃതിയുടെ മാറിടങ്ങളിലും ഉത്ഭവിക്കുന്ന തെളിനീരുറവകൾ ഒരുമിച്ച് ചേർന്ന് നിർമ്മല ജലസന്നിധിയിൽ എത്തപ്പെടാനായി തരളമായി ഒഴുകുന്നു. പക്ഷേ, എല്ലാ പ്രതീക്ഷകളും തെറ്റി നഗരത്തിന്റെ മലിനതയിലൂടെ വഴി തിരിക്കപ്പെട്ട് ദുർമേദസ്സുകളുടെ കറുപ്പാവാഹിച്ച് വിസർജ്ജിക്കപ്പെടുന്നു. അങ്ങനെ മരിക്കാതെ മരിച്ച് ശിഷ്ടജീവിതം എങ്ങനെയേലും ഒഴുകി തീർക്കാൻ പാടുപെടുന്നു. സാൽവദോർ നദിയെപ്പറ്റിയോർത്ത് ആശ്ചര്യം പൂണ്ടു.

നദിയുടെ ഒഴുക്കിന്റെ ശബ്ദത്തെ ഭഞ്ജിച്ചുകൊണ്ട് ഗുസ്താവ് പറഞ്ഞു തുടങ്ങി. സാൽവദോർ ഒരു വിദ്യാർത്ഥിയെപ്പോലെ കേട്ടു.

“സാൽവദോർ, ഞാൻ പറയാൻ പോകുന്നത് യുദ്ധത്തെപ്പറ്റിയാണ്. യുദ്ധം ഉരുത്തിരിയുന്നത് സ്വാർത്ഥതയുടെ മടിത്തട്ടിൽ നിന്നാണ്. അധികാരം, അതിർത്തി, ധനം, ലാഭം, പ്രതികാരം എന്നിവയ്ക്കപ്പുറത്ത് ഒരു മാനുഷിക ഭാവങ്ങളും അതിനില്ല. കുതന്ത്രങ്ങളുടേയും ചതിയുടേയും കൃത്യമായ പ്രയോഗമാണ് യുദ്ധത്തിന്റെ വിജയമന്ത്രവും. ഒരു ന്യൂനപക്ഷത്തിന്റെ താല്പര്യത്തിനു വേണ്ടി ഭൂരിപക്ഷത്തിനു മേൽ അടിച്ചേല്പിക്കപ്പെടുന്ന ഒരു ഹീനകൃത്യമാണ് ഓരോ യുദ്ധവും. നാം കണ്ടതും കാണുന്നതും കാണാനിരിക്കുന്നതും അതിന്റെ ബാക്കി പത്രങ്ങളാണ്. യുദ്ധത്തിന്റെ പരിസമാപ്തി ഒരു കൂട്ടരുടെ വിജയവും മറുകൂട്ടരുടെ പരാജയവുമായിരിക്കും. ചരിത്രം വിജയിക്കുന്നവനൊപ്പമാവും. പരാജയപ്പെടുന്നവന്റെ ദു:ഖങ്ങളും വ്യാകുലതകളും പ്രസക്തമല്ലാതാകുന്നു. എന്നാൽ വിജയികളും പരാജിതരുമല്ലാത്ത മറ്റൊരു കൂട്ടരുണ്ട്. അവർ യുദ്ധത്തിന്റെ എല്ലാ ഭവിഷ്യത്തുകൾക്കും ബലിയാടാകുന്നവരാവും. പാവപ്പെട്ട മനുഷ്യർ. യുദ്ധാനന്തരം വികലാംഗരും അഭയാർത്ഥികളും അനാഥരും ആലംബഹീനരുമായി മാറ്റപ്പെടുന്നവർ. അവരെക്കുറിച്ചാണ് ഞാൻ ഇനി പറയാൻ പോകുന്നത്.”

സാൽവദോർ ആകാംക്ഷയോടെ ഗുസ്താവിനെ ശ്രദ്ധിച്ചു. അയാൾ തുടർന്നു.

“നീ പലപ്പോഴും എന്നോട് ചോദിച്ചിട്ടുണ്ട്. എന്റെ യഥാർത്ഥ പേരെന്തെന്നും ജോലിയെന്തെന്നും. ഇതാ ഈ നിമിഷം സർവ്വതും ഞാൻ നിന്റെ മുന്നിൽ വെളിപ്പെടുത്താൻ പോകുന്നു.”

ഒരു ദീർഘനിശ്വാസത്തിന്റെ സമയമെടുത്ത് ഗുസ്താവ് പറഞ്ഞു.

“എന്റെ പേര് അലൻസിയർ ഡി റിബേരിയോ. പോർച്ചുഗലിൽ മെറിഡ എന്ന സ്ഥലത്ത് ഒരു കർഷക കുടുംബത്തിലാണ് ഞാൻ ജനിച്ചത്. എനിക്ക് ഏഴ് വയസ്സുള്ളപ്പോഴാണ് എന്റെ മാതാപിതാക്കൾ എന്നേയും എന്റെ സഹോദരന്മാരേയും കൂട്ടി ബൊഹേമിയയിലേക്ക് കുടിയേറിയത്. അങ്ങനെയാണ് വിശുദ്ധ മിന്നോ സൈമൺസിനെ വിശ്വാസത്തിലും ആചാരത്തിലും പിന്തുടരുന്ന മെന്നോനിസ്റ്റുകളെന്ന ക്രിസ്തീയ സമൂഹത്തിന്റെ ഭാഗമാകുന്നത്. അംഗസംഖ്യയിൽ കുറവെങ്കിലും പ്രാർത്ഥനയിലും വിശ്വാസത്തിലും കൃത്യമായ ചിട്ടയും നിഷ്ഠയും ഉള്ള

വരാണ് ഞങ്ങൾ. മത നവീകരണത്തിന്റെ ഉല്പന്നങ്ങളാണ് ഞങ്ങൾ. അതുകൊണ്ടു തന്നെ എക്കാലത്തും വേട്ടയാടപ്പെടുകയും ചെയ്തു. നിങ്ങളുമായുള്ള പ്രധാന ആശയ വിരുദ്ധത ഞങ്ങൾ പ്രായപൂർത്തി ജ്ഞാനസ്നാനത്തിൽ വിശ്വസിക്കുമ്പോൾ നിങ്ങൾ ശൈശവ ജ്ഞാനസ്നാനത്തിൽ വിശ്വസിക്കുന്നു എന്നുള്ളതാണ്. അതെന്തെങ്കിലുമാവട്ടെ, ഞാൻ വൈദിക പഠനം നടത്തുന്ന സമയത്താണ് ഏഴുവാരയുദ്ധം നടക്കുന്നത്. ബൊഹേമിയ ഒരു യുദ്ധക്കളമായി മാറി. പലരും കൊല്ലപ്പെട്ടു. ചിലർ പലായനം ചെയ്തു. യുദ്ധം ഒരു വശത്ത് അധികാരത്തിനു വേണ്ടിയുള്ളതായിരുന്നു എങ്കിൽ മറുവശത്ത് വിശ്വാസങ്ങൾക്കെതിരായുള്ളതുമായിരുന്നു. ഞങ്ങളുടെ ആരാധനാലയങ്ങൾ തകർക്കപ്പെട്ടു. വൈദികർ കൊല്ലപ്പെട്ടു. യുദ്ധനീതിയിൽ സ്ത്രീകളോ കുട്ടികളോ വാർദ്ധക്യം ചെന്നവരോ പ്രത്യേക പരിഗണന അനുഭവിക്കുന്നില്ല എന്നെനിക്കു മനസ്സിലായത് ആ യുദ്ധത്തോടെയാണ്. ഉറ്റവരും ഉടയവരും നഷ്ടപ്പെട്ടത് എനിക്കുമാത്രമല്ല എല്ലാവർക്കും..."

മുഴുമിപ്പിക്കും മുമ്പ് ഗുസ്താവിന്റെ കണ്ഠമിടറി. കണ്ണുകൾ നിറഞ്ഞു. ഇടറിയ ശബ്ദത്തോടെ അയാൾ തുടർന്നു.

"ഒരിക്കൽ ഞങ്ങളുടെ സ്വർഗ്ഗമായിരുന്ന ബൊഹേമിയ ഇന്നൊരു അഭയാർത്ഥി ക്യാമ്പാണ്. മാനസികമായും ശാരീരികമായും തളർന്നവർ, ഭൂരിപക്ഷവും കുട്ടികളും സ്ത്രീകളും വൃദ്ധരും. ഉയരുന്നത് രോദനങ്ങളും പ്രാർത്ഥനയും മാത്രം. എനിക്കെന്റെ സഹോദരങ്ങളെ പൂർവ്വ സ്ഥിതിയിലെത്തിക്കണം സാൽവദോർ. വരും തലമുറയേയെങ്കിലും ഈ ദുരിതക്കയത്തിൽനിന്നും കരകയറ്റണം. അതിനു വേണ്ടിയാണ് ഞാനീ കഷ്ടപ്പെടുന്നത്. അതിനുവേണ്ടിയാണ് എന്റെ പോരാട്ടം. ഒറ്റയാൾ പോരാട്ടം. യുദ്ധം പാവപ്പെട്ടവനെതിരെയുള്ള നീതിയെങ്കിൽ ഞാൻ ഇപ്പോൾ ചെയ്യുന്നതും ശരിയാണ്. നിഷ്കളങ്കരായ അദ്ധ്വാന വർഗ്ഗത്തിന്റെ കൈയിൽ നിന്നും അപഹരിച്ച മൂലധനം കൊണ്ട് ഇനി ആരും ചീർത്തു തടിക്കേണ്ട."

"നിങ്ങൾ മോഷണത്തെപ്പറ്റിയാണോ പറയുന്നത്." സാൽവദോർ ഇടയ്ക്കു കയറി.

"നിന്നെ സംബന്ധിച്ചിടത്തോളം അതു മോഷണമായിരിക്കും. എന്നെ സംബന്ധിച്ചിടത്തോളം അത് തിരിച്ചു പിടിക്കലാണ്."

"ഒരിക്കലും മോഷണം ശരിയല്ല ഗുസ്താവ്."

"ശരിയും തെറ്റും ആപേക്ഷികമാണ് സാൽവദോർ. നമ്മൾ വിശ്വസിക്കുന്ന പല ശരികളും വലിയ തെറ്റുകളാവാം. ശരിയും തെറ്റും കാലത്തിനും മാനസികാവസ്ഥകൾക്കുമനുസരിച്ച് മാറിക്കൊണ്ടിരിക്കുന്നവയാണ്."

"എനിക്കു മനസ്സിലാകുന്നില്ല ഗുസ്താവ്."

"ദൈവത്തിനും ദൈവരാജ്യത്തിനും വേണ്ടി ചരിത്രത്തിൽ എത്ര വലിയ മനുഷ്യക്കുരുതികൾ നടന്നിട്ടുണ്ട്. അന്ന് അവ ശരിയായിരുന്നു.

കൊല്ലപ്പെട്ടവരും വാദിച്ചത് ദൈവത്തിനും ദൈവരാജ്യത്തിനും വേണ്ടിയായിരുന്നു. പക്ഷേ, അന്ന് അവരുടെ ദൈവവും ദൈവ രാജ്യവും നമുക്ക് തെറ്റായിരുന്നു. ഇന്നോ അവർ രക്തസാക്ഷികളായി, വിശുദ്ധരായി, വലിയ ശരികളായി. നാളെ അത് തെറ്റുകളാകുമോ എന്ന് നമുക്ക് പ്രവചിക്കാൻ കൂടി കഴിയില്ല."

സാൽവദോർ ശ്രദ്ധാപൂർവ്വം ഗുസ്താവിനെ നോക്കി.

"നാം നോക്കേണ്ടത് ഇന്നിന്റെ ശരികളാണ്. നിന്നെ സംബന്ധിച്ചിടത്തോളം നിന്റെ ആത്മാർത്ഥ സുഹൃത്ത് അഗസ്റ്റാനോയെ രക്ഷിക്കുക എന്നുള്ളതാണ് ഇപ്പോഴത്തെ ശരി. എന്നെ സംബന്ധിച്ചിടത്തോളം ആലംബഹീനരായ എന്റെ സഹോദരങ്ങളെ രക്ഷിക്കുക എന്നുള്ളതും. മറ്റു ശരികൾ ഇതിനെ അപേക്ഷിച്ച് എത്രയോ ചെറുതാണ്."

"ജീവിതത്തിൽ ശരികൾ കണ്ടെത്തുമ്പോഴാണ് നമ്മുടെ ജീവിതത്തിന്റെ രൂപം തന്നെ മാറുന്നത്. ചിലപ്പോൾ ആ കണ്ടെത്തൽ ശരി തെറ്റുകളെക്കുറിച്ചുള്ള നമ്മുടെ സങ്കല്പങ്ങളെപ്പോലും തകിടം മറിച്ചേക്കാം. നീ ആലോചിക്കൂ സാൽവദോർ. 30000 മാർക്സ്. അതാണ് നിന്റെ മുന്നിലുള്ളത്.. പിന്നെ അഗസ്റ്റാനോയുടെ ജീവനും. നീ ആലോചിക്കൂ. നന്മയാണ് ലക്ഷ്യമെങ്കിൽ ഇതെല്ലാം സാധൂകരിക്കപ്പെടും."

ഇത്രയും പറഞ്ഞ് ഗുസ്താവ് തിരികെ നടന്നു. റാക്കോണയിൽ വച്ച് അഗസ്റ്റാനോ പറഞ്ഞ വാക്കുകളോട് സാമ്യമുള്ള വാക്കുകളാണ് ഗുസ്താവ് ഇപ്പോൾ പറഞ്ഞത്. ദൈവമേ തെറ്റുകൾ ശരികളോട് ഏറ്റുമുട്ടുകയോ അതോ തിരിച്ചോ. സാൽവദോർ ആശങ്കാകുലനായി. മുന്നിൽ കലങ്ങി മറിഞ്ഞ് ശബ്ദ കോലാഹലങ്ങളോടെ നദി ഒഴുകിക്കൊണ്ടിരുന്നു.

ഇരുപത്തി ഒന്ന്

അന്നു മുഴുവൻ അവൻ ഗുസ്താവ് പറഞ്ഞതിനെപ്പറ്റിയാണ് ചിന്തിച്ചത്. തന്റെ സ്വത്വബോധവും വർത്തമാന സാഹചര്യങ്ങളും തമ്മിൽ വലിയ യുദ്ധം നടക്കുന്നതവനറിഞ്ഞു. ചൂള പോലെ അവന്റെ തലയ്ക്കകം തപിച്ചു. ശരീരം വലിഞ്ഞു മുറുകുന്നതുപോലെ. നദിയോടും മരങ്ങളോടും കിളികളോടും എല്ലാം പരിഹാരം ചോദിക്കണമെന്നവന് തോന്നി. ജക്കരന്തകൾ ചുറ്റുമില്ലാത്തത് അവനെ ദു:ഖിപ്പിച്ചു.

വൈകുന്നേരമാണവൻ വീട്ടിലെത്തിയത്. ഗുസ്താവ് കട്ടിലിൽ കിടക്കുകയായിരുന്നു. വാതിൽ തുറക്കുന്ന ശബ്ദം കേട്ടപാടെ ഗുസ്താവ് ഉണർന്നു. അയാൾ വളരെ ക്ഷീണിതനായും രോഗാതുരനായും കാണപ്പെട്ടു. ഊർജ്ജസ്വലനായിരുന്ന ഗുസ്താവിന് മണിക്കൂറുകൾ കൊണ്ട് എന്താണ് സംഭവിച്ചതെന്നറിയാതെ സാൽവദോർ അയാളുടെ അടുത്തേക്ക് പാഞ്ഞടുത്തു.

"എന്താണ്, എന്തുപറ്റി ഗുസ്താവ്?"

അയാൾ അവശതയോടെ കട്ടിലിൽ എഴുന്നേറ്റിരുന്നു. നന്നായി ശ്വാസം മുട്ടുന്നുണ്ടായിരുന്നു അയാൾക്ക്. എഴുപതോ എൺപതോ വയസ്സായ ഒരു വൃദ്ധനെ അയാളുടെ രൂപത്തിൽനിന്നും ചേഷ്ടകളിൽനിന്നും സാൽവദോർ വേർതിരിച്ചെടുത്തു. അവൻ പെട്ടെന്ന് ചെന്ന് ചൂടുകട്ടൻചായ തിളപ്പിച്ചു കൊണ്ടുവന്നു. ഗുസ്താവ് വളരെ സാവധാനത്തിൽ അത് കുടിച്ചു.

"ശ്വാസം മുട്ടലടക്കം പല രോഗങ്ങളാലും കഷ്ടപ്പെടുന്ന ആളാണ് ഞാൻ. ചുഴലിദീനം എന്നെ എപ്പോൾ വേണമെങ്കിലും പിടി കൂടാം. ദേഹമാസകലം വേദന തോന്നുന്നു സാൽവദോർ. കർമ്മോത്സുകതയുടെ അസ്തമയ കാലഘട്ടമാണെന്നു തോന്നുന്നു. വൈകാതെ ബൊഹേമി

യയിലേക്ക് മടങ്ങണം. ശിഷ്ടകാലം അവിടെത്തന്നെ കഴിയണം."

ആ വാക്കുകൾ ഞെട്ടലോടെയാണ് അവൻ കേട്ടത്. തന്നെ സംബന്ധിച്ചിടത്തോളം ഗാന്റിയയിൽ തന്റെ രക്ഷാകർതൃത്വം ഗുസ്താവിലാണ്. രംഗബോധമില്ലാതെ ഗുസ്താവ് പിന്മാറിയാൽ ബാക്കി കാര്യങ്ങൾ എന്താവും?

"ഗുസ്താവ്, നിങ്ങളാണ് എനിക്കുള്ള ആകെ പിടിവള്ളി."

"എല്ലാം എനിക്കറിയാം സാൽവദോർ." ചുമച്ചുകൊണ്ട് ഗുസ്താവ് പറഞ്ഞു.

ഓരോ വാക്കുകൾ പറയുമ്പോഴും നന്നായി കിതയ്ക്കുന്നുണ്ടായിരുന്നു അയാൾ. സംസാരത്തിനു കുറച്ചു നേരം വിശ്രമം നല്കി അയാൾ തുടർന്നു.

"കുറ്റകരമായ കൃത്യങ്ങൾ ചെയ്യുവാനല്ല അഗസ്റ്റാനോ ഗാന്റിയയിലെത്തിയത് എന്ന് ഒരുപക്ഷേ നമുക്ക് തെളിയിക്കാം. കാർണോവിയയിൽനിന്ന് ഗാന്റിയയിൽ കച്ചവടത്തിനെത്തുന്ന എന്റെ സുഹൃത്തുണ്ട്, ലുഡ് വിക്, അദ്ദേഹത്തിന്റെ ജാമ്യത്തിൽ നമുക്കവനെ പുറത്തുമിറക്കാം. പക്ഷേ, പിഴയടയ്ക്കുന്ന കാര്യമാണ് പ്രശ്നം."

ഒരു നീണ്ട ഇടവേളയ്ക്കു ശേഷം സാൽവദോർ പറഞ്ഞു,

"എന്റെ ഇപ്പോഴത്തെ ലക്ഷ്യം അഗസ്റ്റാനോയെ രക്ഷിക്കുക എന്നുള്ളത് മാത്രമാണ്. അതിന് എത്ര വേണമെങ്കിലും കഷ്ടപ്പെടാൻ ഞാൻ തയ്യാറാണ്. ഞാൻ എല്ലാംകൊണ്ടും മാനസികമായി തയ്യാറെടുത്തിരിക്കുന്നു ഗുസ്താവ്."

എവിടെ നിന്നോ ഒരു പ്രകാശം ഗുസ്താവിന്റെ കണ്ണുകളെ ജ്വലിപ്പിക്കുന്നതായി അവനു തോന്നി. അയാൾ അവന്റെ അടുത്തേക്കിരുന്നു.

"നല്ലതു തന്നെ സാൽവദോർ, നാം ചെയ്യുന്നത് മോഷണമാണെന്നുള്ള ചിന്ത തന്നെ മനസ്സിൽനിന്നു മാറ്റൂ. പാവപ്പെട്ടവന്റെ അപ്പക്കഷണങ്ങൾ മോഷ്ടിച്ചെടുക്കുന്ന ദുരാഗ്രഹികളല്ല നാം. ദരിദ്രകർഷകന്റെ പട്ടിണിക്കീശയുമല്ല നമ്മുടെ ലക്ഷ്യം. നമ്മെപ്പോലെ ആലംബഹീനരായ ആയിരങ്ങളെ ചൂഷണം ചെയ്ത് തടിച്ച കൊഴുത്ത് മേലാളന്മാർ നമ്മുടെ ഹൃദയരക്തവും വിയർപ്പും കൊണ്ട് പണിതുയർത്തിയ കൊട്ടാരങ്ങളാണ് നാം ഉന്നം വയ്ക്കുന്നത്."

ഒരു ദീർഘനിശ്വാസത്തോടെ സാൽവദോർ അത് ശ്രവിച്ചു. അയാൾ തുടർന്നു.

"എങ്കിൽ നാളെ രാത്രിയിൽ നാം ആ ഉദ്യമം നടത്തുന്നു."

അയാളുടെ വാക്കുകൾ അവന്റെ മനസ്സിൽ ഒരു സ്ഫോടനം സൃഷ്ടിച്ചെങ്കിലും അവനതു പുറത്തു കാണിച്ചില്ല. അയാൾ പറഞ്ഞുകൊണ്ടിരുന്നു.

"ഇവിടെനിന്നും കിലോമീറ്ററുകൾ അകലെ ഒറ്റപ്പെട്ട ഒരു ബംഗ്ലാവുണ്ട്. പ്രഷ്യൻ സൈന്യത്തിലെ ഉന്നതനായിരുന്ന ജനറൽ ഡേവിഡ് വോണിന്റെ ബംഗ്ലാവാണത്. വില്യം രാജാവിന്റെ വിശ്വസ്തനായിരുന്ന

ജനറൽ ദുഷ്ടനും അത്യാഗ്രഹിയുമായിരുന്നു. എനിക്കു ലഭിച്ച അറിവ് ശരിയാണെങ്കിൽ ഫ്രാൻകോ - പ്രഷ്യൻ യുദ്ധത്തിൽ ആണ് അയാൾ കൊല്ലപ്പെട്ടത്. രണ്ടു വിവാഹം ചെയ്തിട്ടുള്ള ജനറലിന്റെ ആദ്യഭാര്യ പാരീസിലാണ് താമസം. രണ്ടാമത്തെ ഭാര്യ ഉപേക്ഷിച്ചു പോയി. ഇപ്പോൾ ആ ബംഗ്ലാവിൽ ആരും താമസക്കാരില്ല. എല്ലാ ദിവസവും ബംഗ്ലാവും പരിസരവും വൃത്തിയാക്കാൻ ഒരു സ്ത്രീ വരും. പിന്നെ വെള്ളിയാഴ്ച കളിൽ ഏതോ ഒരു ബന്ധുവും വരും. കഴിഞ്ഞ ഒരാഴ്ചയായി ആ ബംഗ്ലാവ് എന്റെ നിരീക്ഷണത്തിലാണ്."

"ആരും താമസക്കാരായി ഇല്ലാത്ത ആ ബംഗ്ലാവിൽനിന്നും എന്താണ് എടുക്കുവാനുള്ളത്." - സാൽവദോർ ചോദിച്ചു.

"അതു പറയാം സാൽവദോർ. ജനറൽ ഒരു ക്രൂരനായ മനുഷ്യനായിരുന്നു. സഹപ്രവർത്തകരോടും കീഴുദ്യോഗസ്ഥരോടും മനുഷ്യത്വരഹിതമായാണ് അയാൾ പെരുമാറിയത്. തനിക്ക് എതിരാളിയായി വന്നിരുന്ന ആരെയും അയാൾ വച്ചു പൊറുപ്പിച്ചിരുന്നില്ല. അക്കാലത്ത് നടന്നിരുന്ന പല രാഷ്ട്രീയ കൊലപാതകങ്ങളും മനുഷ്യ ഹത്യകളും ഇയാളാണ് നടത്തിയത് എന്നാണ് ജനസംസാരം. ജീവിതത്തിന്റെ അവസാനഘട്ടത്തിൽ ഒന്നാം ഭാര്യയുമായി പിണങ്ങുകയും അവൾ പാരീസിലേക്ക് പലായനം ചെയ്യുകയും ചെയ്തു. പിന്നീടാണ് ആൾജിയേഴ്സിൽ നിന്നുള്ള ഒരു സുന്ദരിയായ യുവതിയെ ജനറൽ വിവാഹം ചെയ്യുന്നത്. സിസിലിയ എന്നായിരുന്നു അവളുടെ പേര്. അതീവ സുന്ദരിയായ അവളെ ലഭിക്കുവാൻ ജനറൽ അവളുടെ പിതാവിനെ കൊലപ്പെടുത്തിയതാണെന്ന് മറ്റൊരു കഥയുണ്ട്. അവളുടെ സൗന്ദര്യത്തെപ്പറ്റിയായി നാട്ടിൽ പിന്നീടുള്ള സംസാര വിഷയം. എന്നാൽ പടി കടന്നുവന്ന വാർദ്ധക്യം ജനറലിൽ യൗവന ദീപ്തയായ സിസിലിയിൽ സംശയത്തിന്റെ വിത്തുകൾ പാകി. അയാൾ അവളെ വീട്ടുതടങ്കലിലാക്കി. ആ ദാമ്പത്യത്തിന് മാസങ്ങൾ മാത്രമേ ആയുസ്സ് ഉണ്ടായിരുന്നുള്ളൂ. പക്ഷേ, ആ വിവാഹ ജീവിതത്തിന്റെ ശൈശവാവസ്ഥയിൽ തന്നെ അയാൾ യുദ്ധത്തിൽ കൊല്ലപ്പെടുകയാണുണ്ടായത്. ജനറൽ ക്രൂരനായിരുന്നെങ്കിലും വിലപ്പെട്ടതും പുരാതനവുമായ പല വസ്തുക്കൾ ശേഖരിക്കുകയും സൂക്ഷിക്കുകയും ചെയ്യുന്ന ഒരു ശീലം അയാൾക്കുണ്ടായിരുന്നു. എന്റെ ഊഹം ശരിയെങ്കിൽ ആ വസ്തുക്കളെല്ലാം ആ ബംഗ്ലാവിലുണ്ട്. രത്നങ്ങളും വജ്രങ്ങളും പതിപ്പിച്ച അപൂർവ്വ പാത്രങ്ങളും ആഭരണങ്ങളും ആ കൂട്ടത്തിലുണ്ട്. അവ കൈക്കലാക്കുവാൻ കഴിഞ്ഞാൽ നമുക്കു വേണ്ടതിലും ഇരട്ടി പണം സ്വന്തമാക്കാം."

30000 മാർക്സിൽ കൂടുതൽ ഒരു ഫെന്നിങ് പോലും വേണമെന്ന് സാൽവദോറിനുണ്ടായിരുന്നില്ല. എങ്ങനെയെങ്കിലും അഗസ്റ്റാനോയെ രക്ഷപ്പെടുത്തണം. ശിഷ്ടജീവിതം കാർണോവിയയിൽ അമേലിയയോടും ജക്കരന്തയോടും ദൈവമന്ദിരത്തോടുമൊക്കെയൊപ്പം കഴിയണം. ഒരു ചെറുചിരിയോടു കൂടി ഗുസ്താവ് തുടർന്നു.

"രസകരമായ മറ്റൊരു കാര്യം പറയാം. യഥാർത്ഥത്തിൽ ജനറൽ കൊല്ലപ്പെട്ടത് യുദ്ധത്തിൽ ആണ് എങ്കിലും നാട്ടിൽ പരക്കെയുള്ള വിശ്വാസം അദ്ദേഹം ബംഗ്ലാവിൽ വച്ച് ആത്മഹത്യ ചെയ്തു എന്നാണ്. ഇനി അതിലും രസകരമായ ഒരു കാര്യമുണ്ട്. ക്രൂരനായ ജനറലിന്റെ പ്രേതം ഗതികിട്ടാതെ ബംഗ്ലാവിൽ അലഞ്ഞു തിരിയുന്നുണ്ടത്രേ. രാത്രി കാലങ്ങളിൽ പല ശബ്ദങ്ങളും ബംഗ്ലാവിൽനിന്നും കേൾക്കാമെന്നും ഇരവിന്റെ മറവിൽ കറുത്ത ഗൗണിട്ട ജനറലിന്റെ പ്രേതത്തെ പല ആളുകളും കണ്ടിട്ടുണ്ടത്രേ."

"സത്യമോ..." സാൽവദോർ ഒന്നു ഞെട്ടി.

ശരീരം കുലുങ്ങുമാറ് ഒരു ചിരിയോടെയാണ് ഗുസ്താവ് അതിന് മറുപടി പറഞ്ഞത്.

"കള്ളം.... പെരും കള്ളം.. ബംഗ്ലാവിലെ വിലപിടിപ്പുള്ള വസ്തുക്കളെപ്പറ്റി മറ്റുള്ളവർ അറിയാതിരിക്കുവാനും മറ്റ് ആളുകളുടെ സാന്നിദ്ധ്യം ബംഗ്ലാവിൽ ഉണ്ടാകാതിരിക്കുവാനും ഉണ്ടാക്കിയിരിക്കുന്ന ഒരു കെട്ടുകഥയാണത്. ആ കഥ നാട്ടുകാർ വിശ്വസിക്കുന്നതും കൊണ്ടാണ് ആ വസ്തുക്കളിൽ മേൽ ഒരു കടന്നു കയറ്റം ഉണ്ടാവാത്തത്. ആളുകളുടെ ഈ വിശ്വാസം തന്നെയാണ് നമ്മുടേയും ആയുധം. മറ്റു ശല്യങ്ങളോ പ്രതിസന്ധികളോ ഇല്ലാതെ നമുക്കത് കൈക്കലാക്കുവാൻ കഴിയും."

തന്നെ വളരെ ശ്രദ്ധയോടെ ശ്രവിക്കുന്ന സാൽവദോറിനെ നോക്കി ഗുസ്താവ് സ്വല്പം കടുപ്പത്തോടെ പറഞ്ഞു.

"എങ്കിൽ തയ്യാറായിക്കോളൂ. മാനസികമായും, ശാരീരികമായും. നാളെ രാത്രിയിൽ നാം അത് നിർവ്വഹിക്കുന്നു."

ഇരുപത്തി രണ്ട്

അന്ന് രാത്രിയിൽ ഒരു പോള കണ്ണടയ്ക്കാൻ സാൽവദോറിനു കഴിഞ്ഞിട്ടില്ല.

പിറ്റേദിവസമാകട്ടെ, ചടുലവും ചലനാത്മകവുമായ നഗരാന്തരീക്ഷത്തിലെ പകൽ മണിക്കൂറുകൾ വളരെ പെട്ടെന്ന് കടന്നുപോയി. സാവധാനം നഗരവീഥികളെ ഇരുട്ട് വിഴുങ്ങുവാൻ തുടങ്ങി. വിളക്കുകൾ ഒന്നൊന്നായി അണഞ്ഞു.

ഗുസ്താവ് വളരെപ്പെട്ടെന്ന് അടുക്കളയിൽ കയറി രണ്ടുപേർക്കുള്ള ചായയുമായി വന്നു. അസമയത്തുള്ളതെങ്കിലും ആ ചായ സാൽവദോറിന് ഊർജ്ജദായിനിയായി മാറി. ചായയിൽ എന്തെങ്കിലും ഉത്തേജക ശക്തി കലർത്തിയിട്ടുണ്ടോ എന്നവൻ ചിന്തിച്ചു. ഗുസ്താവ് മുട്ടുകുത്തിനിന്ന് കുറച്ചുനേരം പ്രാർത്ഥിച്ചു. സാൽവദോറിന് പ്രാർത്ഥിക്കുവാനും തോന്നിയില്ല. അനർഹവും അനഭികാമ്യവുമായ എന്തോ ചോദിക്കുന്ന പോലെയാണ് അവന് തോന്നിയത്. നിമിഷങ്ങൾക്കകം പ്രാർത്ഥന കഴിച്ച് ഗുസ്താവ് ഒരുസഞ്ചിയും കൈയിലേന്തി എത്തി.

"എങ്കിൽ വരൂ പോകാം.. സമയമായിരിക്കുന്നു."

നന്നായി ശ്വാസം മുട്ടുന്നുണ്ടായിരുന്നു അയാൾക്ക്. ഓരോ നിശ്വാസവും നെഞ്ചിലെ തടസ്സങ്ങളെ സൂചിപ്പിക്കും വിധം ശബ്ദത്തോട് കൂടിയായിരുന്നു. ഇരുവരും വീടിനു പുറത്തിറങ്ങി.

പരസ്പരം ഒരു വാക്കുപോലും സംസാരിക്കാതെ ഒരു പാട് ദൂരം മുന്നോട്ട് നടന്നു. നഗരാന്തരീക്ഷത്തിന്റെ തിരക്കുകളും സാന്നിദ്ധ്യവുമില്ലാത്ത ഒരു ഇടവഴിയിലേക്കാണ് ഗുസ്താവ് പിന്നീട് തിരിഞ്ഞത്. ചോദ്യങ്ങളോ ആശങ്കകളോ ഇല്ലാതെ സാൽവദോർ അയാളെ പിന്തുടർന്നു. ഇരുട്ടിന്റെ മറവിൽ വഴിക്കിരുവശങ്ങളിൽ നിന്നുമായി അവ്യക്ത

മായ മരങ്ങളുടെ ചില്ലകൾ അവരെ പിടിക്കുവാൻ വന്നു. അവയെ വകഞ്ഞുമാറ്റി അവർ വീണ്ടും മുന്നോട്ട് നടന്നു.

പെട്ടെന്നാണ് ഗുസ്താവ് നിന്നത്. സാൽവദോർ മുന്നിലേക്ക് നോക്കി. അതാ ആ ബംഗ്ലാവ്. ഇരുട്ടിന്റെ കറുത്ത തിരശീലയ്ക്കു മുമ്പിൽ അരണ്ട നിലാവെളിച്ചത്തിൽ നീരാടി അത് മുന്നിൽ നില്ക്കുന്നു.

"ഹൊ... എത്ര സുന്ദരം!" സാൽവദോർ മന്ത്രിച്ചു.

ഇത്ര വലിയ സുന്ദരമായ ഒരു ബംഗ്ലാവ് അടുത്തുനിന്ന് കാണുന്നത് ആദ്യമായാണ്. കാർണോവിയൻ മേയറുടെ കൊട്ടാരത്തേക്കാൾ സുന്ദരമാണതെന്ന് അവന് തോന്നി.

ഇരുവരും ബംഗ്ലാവിനെ ചുറ്റിയുള്ള വലിയ മതിലിന്റെ അരികിൽ വന്ന് നിന്നു. ഒന്നരയാൾ പൊക്കമുള്ള വലിയ ഒരു കരിങ്കൽ മതിലായിരുന്നു അത്. ഗുസ്താവിന്റെ അസ്വസ്ഥതകൾ കൂടിക്കൂടി വന്നു. അയാൾക്ക് നന്നായി ശ്വാസം മുട്ടുന്നുണ്ടായിരുന്നു. തണുപ്പുള്ള ആ രാത്രിയിലും അയാളെ നന്നായി വിയർത്തു.

ദൈന്യതയോടെ തന്നെ നോക്കുന്ന ഗുസ്താവിനോടായി സാൽവദോർ പറഞ്ഞു.

"താങ്കൾ ഇവിടെ വിശ്രമിച്ചോളൂ. ഞാൻ അകത്തു കയറാം."

മറുപടി പറയാൻ പോലും പറ്റാത്ത വിധത്തിൽ അയാൾ അശക്തനായിരുന്നു. അയാൾ നിലത്തേക്കിരുന്നു. കൈയിലുണ്ടായിരുന്ന സഞ്ചി സാൽവദോറിനെ ഏല്പിച്ചു.

അവൻ മതിലിലേക്ക് നോക്കി. പ്രാർത്ഥിക്കുവാൻ തോന്നിയെങ്കിലും പ്രാർത്ഥിച്ചില്ല. നിലത്തുനിന്നു കുതിച്ചുപൊങ്ങി മതിലിൽ വലിഞ്ഞുകയറി. ശ്രമകരമായ ആ ഉദ്യമത്തിനുശേഷം മതിലിൽ കുറച്ചുനേരം കുത്തിയിരുന്നു. മതിലിന്റെ ഒരു വശത്ത് നിലാവെളിച്ചത്തിൽ തിളങ്ങുന്ന ഗുസ്താവിന്റെ രോമരഹിതമായ ഉച്ചിയിൽ വിയർപ്പുതുള്ളികൾ. മറുവശത്ത് അവ്യക്തമായ ഇരുട്ടിന്റെ ചില ചിത്രപ്പണികൾ - ഒന്നും തന്നെ വ്യക്തമല്ല. രണ്ടും കല്പിച്ച് അവൻ എടുത്തുചാടി. പുല്ലുവിരിച്ച മുറ്റത്തിന്റെ ഭാഗമായിരുന്നു അത്. ഇപ്പോൾ താൻ ബംഗ്ലാവിനുള്ളിലാണ്. ഒരു മതിലിനപ്പുറം ഗുസ്താവ് ഇരിപ്പുണ്ടെങ്കിലും ഒരു ഒറ്റപ്പെടൽ അവനെ വിഴുങ്ങി. ബംഗ്ലാവിനു ചുറ്റുമുള്ള മരങ്ങളുടെ ഇലയനക്കങ്ങൾ അവനെ ഭയപ്പെടുത്തി. എവിടെയോ മറഞ്ഞുനിന്ന് ജനറലിന്റെ ഭീകരരൂപിയായ പ്രേതം തന്നെ വീക്ഷിക്കുന്നുണ്ടെന്ന് അവന് തോന്നി.

പെട്ടെന്ന് ഒരിളം കാറ്റുപോലെ അഗസ്റ്റാനോയുടെ മുഖം മനസ്സിലേക്ക് കടന്നു വന്നു. അതൊരു ഊർജ്ജമായിരുന്നു. ഭയവും ആശങ്കകളും വൈമനസ്യവുമെല്ലാം ആ ഊർജ്ജത്തിൽ അലിഞ്ഞു ചേർന്നു. ബംഗ്ലാവിനുള്ളിൽ കയറുവാനുള്ള പഴുത് തേടി അതിനു ചുറ്റുമവൻ ഓടിനടന്നു. പിന്നാമ്പുറത്തുള്ള ഒരു വാതിൽ കൈയിലുള്ള ഇരുമ്പുകൊളുത്തുകൊണ്ട് ശ്രമകരമായി തുറന്ന് അകത്തേക്ക് കയറി.

"ജീസസ്..........!"

ബംഗ്ലാവിനുള്ളിലെ കാഴ്ചകൾ കണ്ട് അവൻ ആശ്ചര്യം പൂണ്ടു. നിലാവെളിച്ചം ജനൽ ചില്ലയിലൂടെ കടന്ന് മുറിക്കുള്ളിലെ സ്ഫടിക പാത്രങ്ങളിലും മറ്റും തട്ടി മുറിയാകെ പരന്നു. സ്വർഗ്ഗസമാനമായ ഏതോ ലോകത്ത് എത്തപ്പെട്ട പോലെ അവന് തോന്നി.

മിനുമിനുത്ത സ്ഫടിക സമാനമായ തറ. ചുവരുകളിൽ ചിത്രപ്പണികൾ, ജലഛായാചിത്രങ്ങൾ, മുറിയാകെ വിലപിടിപ്പുള്ള ഉപകരണങ്ങൾ. മുറികളിൽനിന്നും മറ്റു മുറികളിലേക്കുള്ള വഴികൾ. ഇരുട്ടും നിലാവും പരസ്പരം കണ്ണുപൊത്തിക്കളിക്കുന്ന രാവ്. ഏതോ അത്ഭുത ലോകത്തെത്തപ്പെട്ടതുപോലെ അവൻ ബംഗ്ലാവിനുള്ളിലൂടെ നടന്നു. പെട്ടെന്നാണ് താൻ എന്തിനാണ് വന്നത് എന്ന ഓർമ്മ അവനെ തട്ടിയുണർത്തിയത്. അവൻ ചുറ്റും നോക്കി.

ആ വലിയ മുറിയിൽ രണ്ടാം നിലയിലേക്കുള്ള പടികൾ അവൻ കണ്ടു. അതിലൂടെ ശ്രദ്ധാപൂർവ്വം അവൻ മുകളിലേക്കു കയറി. ഭക്ഷണമുറിയും, പ്രാർത്ഥനാമുറിയും സൽക്കാരമുറികളുമൊക്കെയായി ഒരു സ്വപ്നലോകം... എല്ലാ മുറികളിലും വിലപിടിപ്പുള്ള വസ്തുക്കൾ - വില കൂടിയ ലോഹപ്പാത്രങ്ങൾ, കരകൗശല വസ്തുക്കൾ, സ്ഫടിക രൂപങ്ങൾ, ചിത്രങ്ങൾ...

സൽക്കാരമുറിയെന്നു തോന്നുന്ന ഒരു മുറിയിലാണ് ആ ചിത്രം ചുവരിൽ തൂക്കിയിരിക്കുന്നത് അവൻ കണ്ടത്. ഒറ്റ നോട്ടത്തിൽ തന്നെ അവന് ആ രൂപം മനസ്സിലായി. ജനറൽ ഡേവിഡ് വോൺ. പട്ടാള റാങ്കുകൾ നെഞ്ചിൽ തൂക്കി പ്രൗഢ ഗംഭീരരൂപത്തോട് കൂടിയ ഒരു മനുഷ്യൻ. കണ്ണുകളിൽ നിശ്ചയ ദാർഢ്യത്തിന്റെ തീവ്രത, വിട്ടുവീഴ്ചയില്ലാത്ത പ്രകൃതം. പക്ഷേ, ആ രൂപത്തിലെവിടെയും ഒരു ക്രൂരഭാവം ദർശിക്കുവാൻ അവന് കഴിഞ്ഞില്ല. ജനറലിനെപ്പറ്റിയുള്ള കഥകൾ ഓരോന്നായി മനസ്സിലേക്കു കടന്നുവന്നു. ജീവൻ തുടിക്കുന്ന ആ ചിത്രത്തിനു മുമ്പിൽ അധികനേരം നില്ക്കുവാൻ അവന് ധൈര്യം ഉണ്ടായില്ല. അവൻ ഒറ്റപ്പെട്ട മറ്റൊരു മുറിയിലേക്ക് നടന്നു. ജനറലിന്റെ പ്രേതം തന്നെ പിന്തുടരുന്നുണ്ടോ എന്നറിയാൻ തുടരെ തുടരെ പിന്നിലേക്ക് നോക്കി.

നിലാവെളിച്ചത്തിന്റെ നടന മുദ്രകൾ വിളയാടിയ പ്രകാശപൂരിതമായ മറ്റൊരു മുറിയായിരുന്നു അത്. ആ മുറിയിലും വിലപിടിപ്പുള്ള പല വസ്തുക്കൾ അവൻ കണ്ടു. എന്നാൽ അതിൽ ഒന്നിലുമല്ല അവന്റെ ശ്രദ്ധ കേന്ദ്രീകരിക്കപ്പെട്ടത്. അത് കൊത്തുപണികൾ കൊണ്ട് മനോഹരമായ ഒരു വിലകൂടിയ അലമാരയിലായിരുന്നു. ഗുസ്താവ് തന്ന സഞ്ചിയിൽ പൂട്ട് പൊളിക്കുവാനുള്ള ചെറുതും വലുതുമായ പല ഇരുമ്പുകൊളുത്തുകൾ ഉണ്ടായിരുന്നു. അതിലൊന്നിൽ അവൻ പിടിമുറുക്കി. സാവധാനം അലമാരയുടെ അടുത്തേക്കു ചെന്നു. താക്കോൽ ദ്വാരത്തിലേക്ക് ആ ഇരുമ്പ് കൊളുത്ത് കയറ്റുവാൻ തുടങ്ങുമ്പോഴാണ് അതു സംഭവിച്ചത്.

"അനങ്ങിപ്പോവരുത്! ആരാണ് നീ..."

പിന്നിൽനിന്നും വിറയാർന്നതും കടുപ്പമുള്ളതുമായ ആ വാക്കുകൾ കേട്ട് അവൻ ഞെട്ടിത്തെറിച്ചു. നെഞ്ചിൽ ഒരിടി മുഴങ്ങി. കണ്ണുകളിൽ തീഗോളം വന്നു തട്ടുന്നപോലെ തോന്നി. ശരീരം അടിമുടി വിറച്ചു. ഉറക്കെ കരയണമെന്നുണ്ടായിരുന്നു. പക്ഷേ, ശബ്ദം സ്വരനാളപാളികളിലെവിടെയോ കുടുങ്ങിക്കിടന്നു. തലയ്ക്കുചുറ്റും ബംഗ്ലാവ് വലം വയ്ക്കുന്നപോലെ തോന്നി. ഭൈരവരൂപം പൂണ്ട ഏതോ അജ്ഞാത ശക്തി തന്നെ ഇപ്പോൾ വകവരുത്തുവാൻ പോകുന്നു. ഉദ്ഭ്രമത്തോടെ അവൻ തിരിഞ്ഞു.

മുറിയിലെ മങ്ങിയ പ്രകാശത്തിനു കാരണം ഒരു കോണിൽ അലസമായി കത്തുന്ന മെഴുകുതിരിയെന്ന് അവൻ അപ്പോൾ മാത്രമാണ് കണ്ടത്. ആ നേർത്ത പീതപ്രകാശത്തിൽ അവൻ കണ്ടു, തനിക്കുനേരെ നീട്ടിയ ഒരു റിവോൾവറിന്റെ അഗ്രം. അവൻ പൊട്ടിക്കരഞ്ഞുകൊണ്ട് തറയിലേക്ക് മുട്ടുകുത്തിനിന്നു.

"എന്നെ കൊന്നോളൂ. എനിക്കിതിനൊന്നും ആവില്ല. ആവില്ല.."

ഭിത്തികളിൽ ചെന്നുപതിച്ച് അവന്റെ ശബ്ദം പ്രതിദ്ധ്വനിച്ചു. ഒരു കൊച്ചുകുട്ടിയെപ്പോലെ അവൻ ഏറെ നേരം കരഞ്ഞു. പക്ഷേ, റിവോൾവർ ചലിച്ചില്ല. അതിൽനിന്നും വെടിയുതിർന്നില്ല. കണ്ണുകളിലെ ഈറൻ കൈകൊണ്ട് തുടച്ച് അവൻ സൂക്ഷിച്ച് നോക്കി. റിവോൾവറിന്റെ പിന്നിൽ തന്നിലേക്കു കേന്ദ്രീകരിക്കപ്പെട്ട മനോഹരമായ മിഴികൾ. മെഴുകുതിരിയുടെ പീതവർണ്ണത്തിന്റെയും നിലാവിന്റെ നീലനടനത്തിന്റെയും സമ്മിശ്ര തേജസ്സിൽ അവൻ ആ മുഖം കണ്ടു. കാർണോവിയൻ ഗവർണറുടെ കൊട്ടാരത്തിലെ മാർബിളിൽ കൊത്തിയ പ്രണയദേവതയെപ്പോലും വെല്ലുന്ന ഒരു സുന്ദരസ്ത്രീരൂപം. ആ ആകാരാകർഷണത്തിലും മുഗ്ദ്ധസൗന്ദര്യത്തിലും അവൻ ലയിച്ചുനില്ക്കെ ഉള്ളിലെ തേങ്ങൽ എവിടെയോ പോയ് മറഞ്ഞു.

"ആരാണ് നീ" - ചുവപ്പുകേറിയ ഇളം മുന്തിരിയുടെ നിറവും മാർദ്ദവവുമുള്ള അവളുടെ ചുണ്ടുകൾ അനങ്ങി. അനുതാപപൂർവ്വമായിരുന്നു ആ ചോദ്യം.

മുറിയുടെ ഒരു കോണിനോട് ചേർത്തുള്ള ഒരു കട്ടിലിലാണ് അവൾ ഇരിക്കുന്നത് എന്ന് അപ്പോഴാണ് അവൻ ശ്രദ്ധിച്ചത്. അവൾ റിവോൾവർ താഴ്ത്തി. സാൽവദോർ അവളുടെ അടുത്തേക്ക് പതിയെ ചെന്നു. അവളുടെ മുന്നിൽ മുട്ടുകുത്തി നിന്നു.

"ഞാൻ സാൽവദോർ, എനിക്കാവില്ല... മോഷണം എന്റെ തൊഴിലല്ല. അഗസ്റ്റാനോയെ രക്ഷിക്കാൻ എനിക്കാവില്ല. ഞാൻ അശക്തനാണ്." അവന്റെ കണ്ഠമിടറി കണ്ണുകൾ നനഞ്ഞു.

അവൾ ചോദ്യരൂപേണ അവന്റെ മുഖത്തേക്ക് നോക്കി. അവൻ നടന്നതെല്ലാം അവളോട് പറഞ്ഞു. അവന്റെ ആത്മചരിത്രം മുഴുവൻ ഒരു പുസ്തകം വായിക്കുംപോലെ അവൾക്ക് കൈമാറി. ഇടയ്ക്ക് പലപ്പോഴും വിങ്ങിപ്പൊട്ടി. അവളുടെ കണ്ണുകളിലേക്കും നനവ് പടർന്നു. "സാൽവദോർ വിഷമിക്കരുത്," അവൾ പറഞ്ഞു.

"നീ ആരാണ്? ആരും ഈ ബംഗ്ലാവിൽ ഒറ്റയ്ക്ക്..."

സാൽവദോർ ചോദിച്ചു.

"ഞാൻ... ഞാൻ" അവൾ മുഴുവനാക്കും മുമ്പ് സാൽവദോർ ഇടയ്ക്കു കയറി.

"സിസിലിയ... സിസിലിയ അല്ലേ...?"

"അതേ, എങ്ങനെ മനസ്സിലായി"

"ഗുസ്താവ് പറഞ്ഞിരുന്നു."

അവൾ സാൽവദോറിനെ തന്നെ നോക്കിയിരുന്നു അവൻ തുടർന്നു.

"ഗുസ്താവ് പറഞ്ഞത് എത്ര ശരിയാണ്. നിങ്ങൾ അതിസുന്ദരി തന്നെ. ജനറലിന് നിങ്ങളോട് ഇഷ്ടം തോന്നിയത് സ്വാഭാവികം."

അവൾ ഒന്നു പുഞ്ചിരിച്ചു.

"പക്ഷേ, ഞാൻ കേട്ടത് നിങ്ങൾ ജനറലിന്റെ മരണത്തോടെ സ്വദേശത്തേക്ക് മടങ്ങി എന്നാണ്."

"കഥകൾ എല്ലാം ശരിയല്ല സാൽവദോർ, ചിലത് ചിലരുടെ ആവശ്യങ്ങൾക്കു വേണ്ടി പടച്ചുണ്ടാക്കിയതാണ്."

സാൽവദോർ കൗതുകത്തോടെ സിസിലിയയെ നോക്കി.

"ജനറൽ എന്നെ അദ്ദേഹത്തിന്റെ വാർദ്ധക്യകാലത്താണ് വിവാഹം ചെയ്യുന്നത്. കുടുംബത്തിലെ ദാരിദ്ര്യവും കടവുമെല്ലാം കൂടി എന്റെ പിതാവിനെക്കൊണ്ട് എന്നെ ജനറലിന് കൊടുക്കുവാനുള്ള തീരുമാനം എടുപ്പിക്കുകയായിരുന്നു. എന്റെ സ്വപ്നവും പ്രണയവും എല്ലാം ഉപേക്ഷിച്ച് ഞാനിവിടെത്തി. ഞാൻ വന്നതോടെ അദ്ദേഹത്തിന്റെ ആദ്യഭാര്യ രണ്ട് ആൺമക്കളെയും കൂട്ടി പാരീസിലേക്ക് പോയി. അത് അദ്ദേഹത്തിൽ കടുത്ത മാനസിക സംഘർഷമുണ്ടാക്കി. അതെത്രപെട്ടെന്നാണ് എന്നോടുള്ള സംശയവുമൊക്കെയായി രൂപാന്തരപ്പെട്ടത്. ബംഗ്ലാവിലെ എല്ലാ പുരുഷന്മാരായ ജോലിക്കാരെയും പറഞ്ഞുവിട്ടു. എനിക്ക് പുറത്തിറങ്ങാൻ വിലക്കുണ്ടായി. അവസാനം വീട്ടുതടങ്കലും. പട്ടാള ക്യാമ്പിൽവച്ച് അദ്ദേഹം ആത്മഹത്യ ചെയ്യുകയായിരുന്നു. അദ്ദേഹത്തിന്റെ മരണം എന്നെ തളർത്തിക്കളഞ്ഞു. ഒരിക്കലും സ്നേഹം പരസ്പരം പങ്കിട്ടിട്ടില്ലെങ്കിലും അദ്ദേഹത്തിന്റെ മരണത്തിന്റെ ആഘാതവും എല്ലാ നഷ്ടബോധങ്ങളും ഒരുമിച്ചുചേർന്ന് എന്റെ പകുതി ചലനശേഷി കവർന്നെടുത്തു."

നിശ്ചലമായ അവളുടെ കാലുകളിലേക്ക് പെട്ടെന്ന് അവന്റെ ദൃഷ്ടി തിരിഞ്ഞു. ദയനീയമായി 'ജീസസ്' എന്ന് വിളിച്ചു. അവൾ തുടർന്നു.

"ജനറലിന്റെ മരണത്തോടെ ബംഗ്ലാവും സ്വത്തുക്കളും കൈക്കലാക്കുവാൻ തക്കം പാർത്തിരിക്കുകയാണ് അദ്ദേഹത്തിന്റെ മക്കൾ. മൂത്തവൻ ഡേവിഡ് ഇടയ്ക്ക് ഇവിടെ വരും. ദുഷ്ടനാണവൻ. എന്റെ മരണത്തിനായി കാത്തിരിക്കുകയാണ്. ബംഗ്ലാവിനെ ചുറ്റിപ്പറ്റിയുള്ള കഥകളെല്ലാം അവന്റെ സൃഷ്ടിയായിരിക്കണം. എന്നെ പരിചരിക്കാൻ വൃദ്ധയായ ഒരു സ്ത്രീ മാത്രമാണുള്ളത്. അവർക്ക് പലപ്പോഴും സ്ഥിരബോ

ധവുമില്ല. പുലർച്ചെ വന്ന് പണികൾ തീർത്ത് എന്റെ ശുശ്രൂഷകളും നടത്തി അവർ പോകും. പിന്നെ മരണതുല്യമായ ഏകാന്തത.. എത്ര വർഷങ്ങൾ കടന്നുപോയിരിക്കുന്നു. ഞാൻ ആകെ കാണാറുള്ള രണ്ടു മുഖങ്ങൾ നിർവികാരത നിറഞ്ഞ ആ വൃദ്ധയുടെയും പിന്നെ ദുഷ്ടനായ ഡേവിഡിന്റെയുമാണ്. ഒരു മനുഷ്യരൂപത്തെ എത്രവർഷങ്ങൾക്കു ശേഷ മാണ് ഇത്രയടുത്ത് കാണുന്നത്. മരണത്തിന് മുമ്പ് മറ്റൊരാളെ കാണാം എന്ന് ഞാൻ വിചാരിച്ചിരുന്നതേയില്ല. സാൽവദോർ നിനക്കു നന്ദി."

അവന് ഒന്നും പറയാൻ തോന്നിയില്ല. പിന്നീടുള്ള നിമിഷങ്ങൾ ഇരുവരും നിശ്ശബ്ദതയിലേക്ക് മുഖം തിരിച്ചു. ഏതോ ജനാലയിൽ കൂടി അകത്തുകയറിയ ഇളം കാറ്റ് മെഴുകുതിരിയുടെ നാളത്തെ താളാത്മകമായി ഉലച്ചു. സിസിലിയയുടെ കണ്ണുകൾക്ക് കൂടുതൽ മനോഹാരിത കൈവന്നതായി അവന് തോന്നി.

"നിങ്ങൾ അതിസുന്ദരി തന്നെ." അവൻ പറഞ്ഞു.

"നീയും സുന്ദരൻ തന്നെ. നിന്റെ കണ്ണുകളിൽ ഒരു ശാന്തമായ തിളക്കമുണ്ട് സാൽവദോർ."

അവൻ പതിയെ കട്ടിലിലേക്ക് വന്നിരുന്നു. നിശ്ചലമായ അവളുടെ കാലുകളിൽ തലോടി.

"സാൽവദോർ, നിന്റെ സ്പർശം എന്റെ കാലുകൾ അനുഭവിക്കുന്നില്ലെങ്കിലും നിന്റെ കൈകളുടെ മൃദുലമായ ഗീതം എന്റെ ഹൃദയത്തെ തണുപ്പിക്കുന്നുണ്ട്."

അവൻ പുഞ്ചിരിച്ചു.

"എനിക്കെന്തൊക്കെയോ നിന്നോട് പറയണമെന്നുണ്ട്. പക്ഷേ, ഈ ഏകാന്തത്തടവ് എന്റെ സംസാരശേഷിയെപ്പോലും തളർത്തിക്കളഞ്ഞിരിക്കണം. നിന്നോടെങ്ങനെ പെരുമാറണമെന്നും എനിക്കറിയില്ല. എന്റെ മരണത്തിന് മുമ്പ് ഒരുപക്ഷേ, ഞാൻ കാണുന്ന അവസാന മനുഷ്യൻ നീയായിരിക്കും. വർഷങ്ങൾക്കു ശേഷം ഞാൻ സംസാരിക്കുന്ന വ്യക്തിയും നീയാണ്. നീ ദൈവദൂതനാണ് സാൽവദോർ."

അവൾ അവന്റെ കണ്ണുകളിലേക്ക് തന്നെ ഇമവെട്ടാതെ നോക്കി. യാന്ത്രികമായി അവളുടെ ഇടതുകൈ അവന്റെ കുറ്റിരോമങ്ങൾ എഴുന്ന മൃദുലകപോലത്തെ തലോടി. യൗവനത്തിന്റെ അസ്തമയ വേളയിൽ പ്രണയാതുരത ഒരു ബാധകേറുന്നതുപോലെ തന്നിലേക്കാവേശിക്കുന്നതുപോലെ അവൾക്കു തോന്നി. സാൽവദോർ നന്നായി വിയർക്കുന്നുണ്ടായിരുന്നു. ആ വിയർപ്പിന്റെ പുരുഷഗന്ധം അവളുടെ നാസികാഗ്രത്തെ ചുവപ്പിച്ചു.

അവൻ കൂടുതൽ അടുത്തേക്കാകർഷിക്കപ്പെട്ടു. ഒരു ലാവാപ്രവാഹത്തിനു മുന്നോടിയെന്നവണ്ണം അന്തരീക്ഷം തപിച്ചു. ഇരുവരുടെയും ശ്വാസനിശ്വാസങ്ങൾ പരസ്പരം ആലിംഗനം ചെയ്തു.

"എനിക്കെവിടെയോ നഷ്ടപ്പെട്ട പ്രണയമാണു നീ."

വികാരോത്സുകത കീഴ്പ്പെടുത്തിയ അവളുടെ വാക്കുകൾ സാൽവ

ദോറിന്റെ കാതുകളെ ഇക്കിളിപ്പെടുത്തി. മണ്ണിൽ ചിന്നിച്ചിതറിയ ഇരുമ്പുപൊടി ഒരു കാന്തത്തിലേക്കൊട്ടിപ്പിടിക്കും പോലെ അവന്റെ വിരിഞ്ഞ മാറിലേക്ക് അവൾ മുഖം താഴ്ത്തി. ആ മുഗ്ദ്ധ സൗന്ദര്യത്തിന്റെ കരലാളനത്തിൽ അവൻ പരിസരം മറന്നു. അവൻ അവളെ കെട്ടിപ്പുണർന്നു. ജരയേല്ക്കാൻ തയ്യാറായി നിന്ന മുടിയിഴകളെ വലംകൈകൊണ്ട് കോതിമാറ്റി അവളുടെ മൂർദ്ധാവിലവൻ ചുംബിച്ചു. അവളുടെ കണ്ണുകളിൽ നിന്നുള്ള പ്രകാശം തന്റെ ശരീരത്തെ പൊതിയുന്നതുപോലെ അവനു തോന്നി. അവളുടെ അധരങ്ങൾ തന്റെ കവിളിലൂടെ ഒരു തരംഗം പോലെ ഒഴുകുകയാണ്.

പെട്ടെന്നാണ് എവിടെ നിന്നോ ഒരു പാപബോധം അവന്റെ ഹൃദയത്തിൽ ഊക്കനൊരാഘാതം ഏല്പിച്ചത്. വിഭ്രാന്തിയോടെ അവൻ ചാടിയെഴുന്നേറ്റു. സിസിലിയ ആകെ പരിഭ്രമിച്ചു.

“ഞാൻ പോകുന്നു.”

അവൻ വളരെപ്പെട്ടെന്ന് അവിടെനിന്ന് ഓടിയകന്നു. സാൽവദോർ എന്ന് വിളിക്കണമെന്നവൾക്കുണ്ടായിരുന്നു. പക്ഷേ, നാവുപൊന്തിയില്ല.

ഒരു അണ്ണാൻകുഞ്ഞിനെപ്പോലെ അവൻ ബംഗ്ലാവിൽനിന്നും ചാടി പുറത്തിറങ്ങി. മതിൽ ചാടിക്കടന്നു. ഗുസ്താവ് പുറത്ത് കാത്തിരിക്കുന്നുണ്ടായിരുന്നു.

“ഒന്നും കിട്ടിയില്ലേ... എന്താ എന്തുപറ്റി.”

ഗുസ്താവിന്റെ ചോദ്യങ്ങൾക്ക് അവൻ മറുപടി പറഞ്ഞില്ല. അവൻ മുമ്പേ നടന്നു. ഗുസ്താവ് ഒന്നും മനസ്സിലാകാതെ അവനെ പിന്തുടർന്നു.

ഇരുപത്തി മൂന്ന്

വീട്ടിലെത്തുമ്പോൾ അർദ്ധരാത്രി കഴിഞ്ഞിരുന്നു. ഗുസ്താവ് ക്ഷീണം മൂലം ഉറങ്ങി. സാൽവദോറിന് ഉറങ്ങാൻ കഴിഞ്ഞില്ല. അവന്റെ മനസ്സു മുഴുവൻ സിസിലിയയെപ്പറ്റിയുള്ള ചിന്തകൾ ആയിരുന്നു. കട്ടിലിൽ തിരിഞ്ഞും മറിഞ്ഞും കിടന്നിട്ടും ഉറക്കത്തെ അവന്റെ നയനങ്ങൾ തടഞ്ഞു നിർത്തി.

സിസിലിയയോട് തനിക്കെന്താണ് അനുകമ്പയോ, ഇഷ്ടമോ, ആരാധനയോ ഇനിയതോ പ്രണയമോ... ദൈവമേ ഒരിക്കലും അതൊരു പ്രണയമാകരുതേ.. മനസ്സിനേയും ശരീരത്തേയും നിയന്ത്രിക്കാനുള്ള ആത്മമന്ത്രം നഷ്ടപ്പെടുകയാണോ. എന്തെല്ലാം പരീക്ഷണങ്ങളാണ്. എന്റെ പാവനപ്രണയം തച്ചുടയ്ക്കപ്പെടുകയാണോ. അതോ ഇനി അമേലിയയും കാർണോവിയയും ജക്കരന്തയുമെല്ലാം തനിക്കെന്നെന്നേക്കുമായി നഷ്ടപ്പെടുകയാണോ. എന്താണ് സംഭവിക്കുന്നത്. പാവം ഗുസ്താവ് സുഖമായി ഉറങ്ങുകയാണ്. എത്രയോ നീണ്ട യാത്രകൾ നടത്തി, എന്തെല്ലാം ജോലികൾ ചെയ്തു. മറ്റുള്ളവർക്കായി ജീവിതകാലം മുഴുവൻ കഷ്ടപ്പെട്ട്, ഒരുപക്ഷേ, തന്റെ ജീവിതലക്ഷ്യം പൂർത്തീകരിക്കുക പോലും ചെയ്യാതെ ഗുസ്താവ് പിൻവാങ്ങുകയാണ്. ഇനി ബൊഹോമിയയിലെ പാവങ്ങൾക്കായി ആരു ശബ്ദിക്കും, ആര് സ്വജീവിതം ഉഴിഞ്ഞു വയ്ക്കും. ഗുസ്താവ് ഒരു വലിയ മനുഷ്യനാണ്. ഉണരുമ്പോൾ ഗുസ്താവ് എന്തെങ്കിലും ചോദിച്ചാൽ എന്ത് മറുപടി പറയും? സിസിലിയയെപ്പറ്റി ഗുസ്താവിനോട് പറയണോ?

ആത്മസംഘർഷങ്ങളുടെ താഴ്വരയിലൂടെ വളരെ ദൂരം ഒരുപാട് സമയം അവൻ സഞ്ചരിച്ചു. ഉത്തരങ്ങളില്ലാത്ത ചോദ്യങ്ങളും ചോദ്യങ്ങളില്ലാത്ത ഉത്തരങ്ങളും മനസ്സിനെ പിടിച്ചുകുലുക്കി കടന്നുപോയി.

ഇതിനിടയ്ക്ക് ഗുസ്താവ് ഉറക്കമുണർന്നതും നഗരം ചലനാത്മകമായതുമൊന്നും അവൻ അറിഞ്ഞില്ല. ഗുസ്താവ് ചായയുമായി മുന്നിൽ വന്ന് വിളിക്കുമ്പോഴാണ് അവൻ ചിന്തയിൽ നിന്നും ഉണരുന്നത്.

“നാളെ ലുഡ്‌വിക് വരും. പണം കണ്ടെത്തണം. ഉദ്യമം പരാജയപ്പെട്ടതായി കണക്കാക്കേണ്ട. ഇന്ന് രാത്രി ഒരു ശ്രമവും കൂടി നടത്താം. മനസ്സിനെ കൂടുതൽ സജ്ജമാക്കൂ.”

ഗുസ്താവ് ഇത്രമാത്രമാണ് പറഞ്ഞത്. ഒരു കണക്കിന് അത് നന്നായെന്ന് അവനും തോന്നി.

* * * * * * *

പടിഞ്ഞാറ് സൂര്യൻ തലചായ്ച്ച് മണിക്കൂറുകൾ ഒരുപാട് കടന്നു. ഗുസ്താവ് തീരെ അവശനാണ്. അയാൾ കട്ടിലിൽനിന്ന് എഴുന്നേറ്റില്ല.

“ഞാൻ പോയി വരാം. ഗുസ്താവ് വിശ്രമിക്കൂ.”

സാൽവദോർ പറഞ്ഞത് കേട്ട് ഗുസ്താവിനും ആശ്വാസമായി. ബംഗ്ലാവിലേക്ക് തനിയെ ഒരു യാത്ര അവൻ മനസ്സുകൊണ്ട് ആഗ്രഹിച്ചിരുന്നു.

ഗുസ്താവിനോട് യാത്രപറഞ്ഞ് അവൻ ഇറങ്ങി. നഗരവീഥികളും ഇടവഴികളും പിന്നിട്ട് അവൻ ബംഗ്ലാവിന് മുന്നിലെത്തി. തന്റെ ഇന്നലത്തെ മാനസികാവസ്ഥ എത്രത്തോളം മാറിയിരിക്കുന്നു എന്നവൻ ചിന്തിച്ചു. ഭയവും ആശങ്കയും കെട്ടുപിണഞ്ഞു കിടന്ന ഒരു മിശ്രവികാരമായിരുന്നു ഇന്നലെയെങ്കിൽ ഇന്ന് ആ കൂറ്റൻ ബംഗ്ലാവിനോട് അവനുള്ളത് പറയുവാൻ കഴിയാത്ത എന്തോ ഒരടുപ്പമാണ്. ക്ലിപ്ത സമയംകൊണ്ട് ഒരു വ്യക്തി ഒരുവന്റെ ജീവിതത്തിൽ എത്രവലിയ സ്വാധീനമാണുണ്ടാക്കുന്നതെന്ന് അവൻ ചിന്തിച്ചു.

സിസിലിയയുടെ കാര്യം വിചിത്രമാണ്. ലോകത്തിൽ എല്ലാ സുന്ദരബിംബങ്ങളോടും മനുഷ്യന് ഇഷ്ടം തോന്നുമെങ്കിൽ സിസിലിയയോട് തനിക്കു തോന്നുന്നതും സ്വാഭാവികം. അത് പ്രണയമെങ്കിൽ സിസിലിയയോട് തനിക്കുള്ളതും പ്രണയമാവാം.. ജക്കരന്ത പൂക്കളോട് തനിക്കുള്ളതെന്താണ്.? അമേലിയയോടാണോ ജക്കരന്തയോടാണോ തനിക്കു കൂടുതൽ പ്രണയം. തനിക്ക് അമേലിയയെന്നാൽ ജക്കരന്തകളുടെ സൗരഭ്യമാണ്. ഇനി തിരിച്ച് ജക്കരന്തയുടെ സാന്നിദ്ധ്യം തനിക്ക് അമേലിയയോടുള്ള പ്രണയം തന്നെ.

പ്രണയം ഓരോ വ്യക്തിക്കും ഓരോ അനുഭവങ്ങളാവാം. വൈയക്തികമായ വ്യാഖ്യാനങ്ങളാൽ നിർവ്വചനാതീതമാണ് പ്രണയം. സിസിലിയയോട് തനിക്കുള്ളത് അനുതാപമോ, ആരാധനയോ, അനുരാഗമോ എന്തുമാവട്ടെ, അത് ഒരു പ്രത്യേക അനുഭൂതി പകരുന്നുണ്ട്.

ഒരു സാധാരണ കർമ്മം പോലെ അവൻ ബംഗ്ലാവിന്റെ മതിലുകൾ ചാടിക്കടന്നു. ഇന്നലെത്തുറന്ന വാതിൽ പൂട്ടിയിട്ടുണ്ടായിരുന്നില്ല. അവൻ ബംഗ്ലാവിനുള്ളിൽ കയറി സിസിലിയയുടെ മുറിയിലേക്ക് നടന്നു...

സിസിലിയ കട്ടിലിൽ ഉണർന്നിരിക്കുകയായിരുന്നു. തലേദിവസത്തേക്കാൾ ഊർജ്ജസ്വലയായിരുന്നു അവൾ.

"സാൽവദോർ, എനിക്കറിയാമായിരുന്നു നീ വരുമെന്ന്. നിനക്കു വേണ്ടി ഞാൻ കാത്തിരിക്കുകയായിരുന്നു."

അവൾ വിടർന്ന കണ്ണുകളോടെ പറഞ്ഞു. പക്ഷേ, അവൻ ഒന്നും മറുപടി പറഞ്ഞില്ല. മനസ്സ് പെട്ടെന്ന് ശൂന്യമായതുപോലെ അവന് തോന്നി. അവൾ അവനെ അടുത്തേക്ക് വിളിച്ച് അവന്റെ കൈകളിലേക്ക് ഒരു താക്കോൽ വെച്ചു.

"ഇത് അലമാരയുടേതാണ്. തുറക്കൂ."

അവൻ സാവധാനം അലമാരയുടെ അടുത്തേക്ക് ചെന്നു. മിനുസപ്പെടുത്തിയ അതിന്റെ തടിയിൽ തന്റെ പ്രതിരൂപം അവൻ കണ്ടു. പഴുതിലൂടെ താക്കോലിട്ട് അലമാര വിജാഗിരികളറിയാതെ പതിയെ തുറന്നു.

അവന്റെ കണ്ണുകൾ അത്ഭുതം കൊണ്ട് വികസിച്ചു. ചുണ്ടുകൾ അവനറിയാതെ തന്നെ ചലിച്ചു.

"വാഹ്..!"

ആഭരണങ്ങൾ, സ്വർണ്ണനാണയങ്ങൾ, നോട്ടുകെട്ടുകൾ. മേൽക്കൂരയ്ക്കിടയിലൂടെ വന്ന നിലാവെളിച്ചത്തിൽ ആഭരണങ്ങളിലെ രത്നക്കല്ലുകൾ വെട്ടിത്തിളങ്ങി. അവ സാൽവദോറിന്റെ മുഖത്ത് വർണ്ണരാജികൾ തീർത്തു. ഒരു സ്വപ്നലോകത്തെന്ന പോലെ അവൻ സ്തംഭിച്ചു നില്ക്കേ പിറകിൽനിന്നും സിസിലിയ പറഞ്ഞു.

"നിനക്കാവശ്യമുള്ളതെടുത്തു കൊൾക.. മുഴുവനെങ്കിൽ അങ്ങനെ..."

താളംതെറ്റിയ ഒരുപാട് ചിന്തകൾ അവന്റെ മനസ്സിലൂടെ കടന്നുപോയി. അവൻ അതിൽനിന്നും മുപ്പതിനായിരം മാർക്സ് എടുത്തു. ഭ്രമിപ്പിക്കുന്ന ആ ലോകത്തുനിന്നും അവൻ പെട്ടെന്നു പുറത്തിറങ്ങി. അലമാര പൂട്ടി. താക്കോൽ സിസിലിയയ്ക്കു കൈമാറി.

"എനിക്കിതു മതി. ഇതും അനർഹമാണെന്നറിയാം. പക്ഷേ, ഇത് എന്റെ അഗസ്റ്റാനോയുടെ ജീവനാണ്. അതിനപ്പുറം എനിക്കൊന്നുംതന്നെ വേണ്ട."

സിസിലിയയ്ക്ക് അത്ഭുതം തോന്നി.

"നീ വ്യത്യസ്തനാണ് സാൽവദോർ, നിന്നെ എനിക്കൊരുപാടിഷ്ടമായി."

"ഈ ജന്മത്തിൽ തീരാത്ത കടപ്പാടാണ് സിസിലിയയോട് എനിക്കുള്ളത്."

കൃതജ്ഞത അവന്റെ കണ്ണുനനയിച്ചു. അവൻ കട്ടിലിനരികിലെത്തി. അവളുടെ അടുത്തേക്കിരുന്നു. അവളുടെ കോമള കരങ്ങളെ തന്റെ നെഞ്ചിലേക്ക് ചേർത്ത്പിടിച്ച് അവൻ പറഞ്ഞു.

"എന്താണ് പകരം തരേണ്ടതെന്ന് എനിക്കറിയില്ല. ഞാൻ എന്നെത്തന്നെ ആ കാൽകളിൽ സമർപ്പിക്കുകയാണ്."

സിസിലിയ അവനെ അവളിലേക്ക് വലിച്ചടുപ്പിച്ചു. അവന്റെ കാതു

കളിൽ ഒരു ഇളം കാറ്റുപോലെ മന്ത്രിച്ച് "എന്റെ നഷ്ടപ്രണയമാണു നീ... എനിക്കു സ്വന്തമാക്കാൻ കഴിഞ്ഞില്ലല്ലോ നിന്നെ." അവന്റെ ഇട തുനെറ്റിയിലെ പടർന്ന മറുകിൽ അവൾ ചുംബിച്ചു.

അവളുടെ ശ്വാസനിശ്വാസങ്ങളിലെ താപം അവനെ മത്തുപിടിപ്പിച്ചു, ഉരുക്കി.

"എന്നെ ഒന്നു കെട്ടിപ്പുണരുമോ" അവൾ ചോദിച്ചു. അവൻ അവളെ തന്റെ ഹൃദയത്തിലേക്കു ചേർത്തുപിടിച്ച് പരിരംഭിച്ചു. അവന്റെ ഹൃദയ മിടിപ്പ് ഉച്ചത്തിൽ അവൾക്ക് കേൾക്കാമായിരുന്നു.

"നീ തരുന്ന ആലിംഗന സുഖത്തിന്റെ കരുതൽ എന്നെ വിവശയാക്കുന്നു. എന്നിൽ നഷ്ടബോധം ജനിപ്പിക്കുന്നു" അവൾ പറഞ്ഞു.

അവൻ അവളെ കൂടുതൽ ശക്തിയോടെ കെട്ടിപ്പിടിച്ചു.... അവളുടെ മുടിയിഴകളിലൂടെ വിരലുകൾ ചലിച്ചു. തന്റെ മാർദ്ദവമേനിയിലേക്ക് മുഖം പൂഴ്ത്താൻ തുടങ്ങുമ്പോഴാണ് ഒരു വെളിപാടുണ്ടായപോലെ അവനെ അവൾ തടഞ്ഞത്.

"വേണ്ട സാൽവദോർ, നിനക്കൊരു പാവനപ്രണയമുണ്ട്. അതിന്റെ നന്മയെ ഈ പാപഭാരം ഒരിക്കലും അലട്ടരുത്... നീ പൊയ്ക്കോളു."

അവൻ കട്ടിലിൽനിന്നും ചാടിയെഴുന്നേറ്റു. അവൾ തുടർന്നു.

"ഇനി നാം കാണില്ല... ഇനി നിന്റെ പദനിസ്വനത്തിനായി ഞാൻ കാതോർക്കില്ല... മരണം... മരണം മാത്രമാണ് ഇനി വരുവാൻ, എനിക്കിനി അതിലാണു പ്രതീക്ഷ... നീ നല്ലവനാണ്. നിനക്കു നന്മ മാത്രമേ സംഭവിക്കൂ... നീ തന്ന സ്നേഹമാണ് എന്റെ ജീവിതത്തെ ദീപ്തമാക്കിയത്. സിസിലിയ ഇനി നിന്റെ ഓർമ്മകളിൽ പോലും കടന്നുവരരുത്... പൊയ്ക്കോളു വേഗം പൊയ്ക്കോളു..."

അവൻ സാവധാനം മുറിക്കു വെളിയിലേക്ക് നടന്നു. ഓരോ അടി മുന്നോട്ട് വയ്ക്കുമ്പോഴും അവൻ പിന്നിലേക്ക് നോക്കി. സിസിലിയ അവനെത്തന്നെ നോക്കിയിരിക്കുന്നു. ആ കണ്ണുകൾ തനിക്ക് എങ്ങനെ മറക്കാനാവും.... സിസിലിയ... വിട...

*　*　*　*　*

തിരികെ വീട്ടിലെത്തുമ്പോൾ ഗുസ്താവ് നല്ല ഉറക്കത്തിലായിരുന്നു. പണം നെഞ്ചോട് ചേർത്ത് വച്ച് അവനും കൂടെക്കിടന്നു. തിരിഞ്ഞും മറിഞ്ഞും കിടന്നിട്ടും ഉറക്കം വന്നില്ല. നാളെ ലുഡ്‌വിക് വരും. ഉടൻ അഗസ്റ്റാനോ മോചിതനാകും. സിസിലിയയുടെ കണ്ണുകൾ അവനെ പിന്തുടർന്നു.

ഇരുപത്തി നാല്

അതിരാവിലെ തന്നെ ലുഡ്‌വിക് എത്തി. കാഴ്ചയിൽത്തന്നെ ധനികനെന്നുതോന്നുന്ന പ്രകൃതം. വിലകൂടിയ വസ്ത്രം, കുലീനമായ മുഖം, ലാളിത്യം. ഗുസ്താവാണ് സാൽവദോറിന്റെ കൈയിൽ നിന്നും പണം വാങ്ങി ലുഡ്‌വികിന്റെ കൈയിലേല്പിച്ചത്.

"എനിക്ക് ഗുസ്താവിനെ മറക്കാൻ കഴിയില്ല. പല സന്ദർഭങ്ങളിലും വഴികാട്ടിയായത് ഗുസ്താവിന്റെ വാക്കുകളാണ്. മാത്രമല്ല ഒരു കാർണോവിയക്കാരനെ രക്ഷിക്കുകയെന്നത് ഒരു സുകൃതമായും ഞാൻ കാണുന്നു. പ്രിയ സുഹൃത്തേ, താങ്കളുടെ ഉറ്റ ചങ്ങാതിയുമായി ഉടൻ ഞാനെത്തും. സമാധാനമായിരിക്കൂ." ലുഡ്‌വിക് പറഞ്ഞു.

ഇരുവരേയും ആശ്ലേഷിച്ച് ലുഡ്‌വിക് പുറത്തേക്കിറങ്ങി. അയാളുടെ കുതിരവണ്ടി വേഗത്തിൽ മുന്നോട്ട് നീങ്ങി. അത് കാഴ്ചയിൽനിന്ന് മറയുന്നതുവരെ ഇരുവരും നോക്കി നിന്നു.

"അഗസ്റ്റാനോ മോചിതനായാൽ ഉടൻ ഞാൻ ബൊഹേമിയയിലേക്ക് മടങ്ങും. പരിമിതമായ നാളുകൾ അവരോടൊപ്പം ജീവിക്കണം."

ഗുസ്താവാണ് സംസാരത്തിന് തുടക്കമിട്ടത്. "അപ്പോൾ ഈ വീട്?" സാൽവദോർ ചോദിച്ചു.

"എന്റെ പിൻഗാമിവരും"

"പിൻഗാമിയോ?"

"അതെ സാൽവദോർ, എന്റെ പിൻഗാമി, ചെറുത്തുനില്പുകൾ ഒരിക്കലും അവസാനിക്കുന്നില്ല. ആളുകൾ മാറാം.... കഥാപാത്രങ്ങൾ മാറാം... പക്ഷേ, പോരാട്ടങ്ങൾ തുടർന്നുകൊണ്ടിരിക്കും. അതിജീവനഗാഥകൾ ഒരിക്കലും നിലയ്ക്കില്ല."

ഗുസ്താവ് പറഞ്ഞതെന്തെന്ന് കൃത്യമായും സാൽവദോറിന് പിടി

കിട്ടിയില്ലെങ്കിലും ഒരു കാര്യം മനസ്സിലായി. ഗുസ്താവ് ഒരു അവസാന മല്ല. അതൊരു തുടർച്ചയാണ്.

ഗുസ്താവ് വീടിനുള്ളിലേക്ക് കയറി. സാൽവദോർ വീട്ടുമുറ്റത്തുള്ള ഒരു വാൽനട്ട് മരത്തിനു ചുവട്ടിലിരുന്നു. ഓർമ്മകളും ചിന്തകളും പര സ്പരം ഏറ്റുമുട്ടി.

ഗാന്റിയ ഒരു വലിയ പാഠശാലയാണ്. എത്രയെത്ര മനുഷ്യർ. തന്റെ ജീവിതത്തിൽ ഗുസ്താവ് ഒരുപാട് പാഠങ്ങൾ പകർന്നുതന്നു. ജീവിത ത്തെപ്പറ്റിയുള്ള തന്റെ കാഴ്ചപ്പാടുതന്നെ മാറി. ജീവിതത്തിൽ കുറേയാ ളുകൾ സ്വന്തമായുണ്ട് എന്ന തോന്നൽ ഉണ്ടായി. ഗുസ്താവ്, കാർലോസ്, പിന്നെ സിസിലിയ... അങ്ങനെ തനിക്കു നഷ്ടപ്പെട്ടു എന്ന് തോന്നിയ തെല്ലാം തനിക്കു തിരിച്ചു ലഭിക്കാൻ പോവുകയാണ്. അഗസ്റ്റാനോ മോചി തനായാൽ ഉടൻ കാർണോവിയയിലേക്ക് തിരിക്കണം. വലിയ നന്മയുള്ള ഒരു ചെറിയ ജീവിതം അമേലിയയോടും അഗസ്റ്റാനോയോടും ജക്കര ന്തകളോടുമൊപ്പം ആസ്വദിച്ച് ചെലവഴിക്കണം. കാർണോവിയയുടെ മണ്ണിനോടും വിശ്വാസത്തോടും പ്രണയത്തോടും സംസ്കൃതിയോടും ഇഴുകിച്ചേർന്ന് പഴയ സാൽവദോറാകണം. ഇനിയും ഒരുപാട് ജക്കരന്ത കൾ വച്ചുപിടിപ്പിക്കണം. അകിലയെപ്പോലെ ഒരുപാട് ജന്മങ്ങൾക്ക് താങ്ങും തണലുമാവണം.

അമേലിയ ഇപ്പോൾ എന്തെടുക്കയാവും. തന്നെപ്പറ്റിയോർത്ത് എപ്പോഴും പള്ളിയിൽ പ്രാർത്ഥനാനിരതയായി കഴിയുകയാവും. തോബി യാസിന്റെ അസുഖം മൂർച്ഛിച്ച് അവൾ ആകെ പ്രതിസന്ധിയിലായിരി ക്കുമോ. എല്ലാ പ്രശ്നങ്ങളും പരിഹരിക്കപ്പെടുവാൻ പോവുകയാണ് ദിവ സങ്ങൾക്കകം താൻ ഗാന്റിയയോട് വിടപറയുകയാണ്. ഒരുപാട് പാഠ ങ്ങൾ പകർന്ന പ്രിയ നഗരമേ നന്ദി...

ഇരുപത്തി അഞ്ച്

ഉദ്വേഗവും ആശങ്കയും നിറഞ്ഞ നിമിഷങ്ങളാണ് തന്റെ ജീവിതത്തിലൂടെ കടന്നുപോകുന്നതെന്ന് അവനറിയാമായിരുന്നു. എല്ലാം ഭംഗിയായി പൂർത്തീകരിച്ചതിനുശേഷം വേണം സ്വസ്ഥമായി ഒന്നുറങ്ങാൻ. എത്രനാളുകളായി എല്ലാം മറന്നൊന്നുറങ്ങിയിട്ട്. ഇന്ന് അഗസ്റ്റാനോയ്ക്കൊപ്പം കെട്ടിപ്പിടിച്ചുകിടന്നുറങ്ങണം. ദുഃസ്വപ്നങ്ങളുടെ കരിവൃക്ഷങ്ങൾ കടപുഴക്കി എറിയണം. അഗസ്റ്റാനോയെ കാണുവാൻ അവന്റെ ഹൃദയം തുടിച്ചു.

ഇന്നത്തെ പ്രഭാതം തന്റെ ജീവിതത്തിന്റെ പുതിയൊരദ്ധ്യായം തുറക്കുകയാണെന്നവൻ വിശ്വസിച്ചു. വെളിച്ചം വീഴുന്നതിനു മുൻപേ അവൻ എഴുന്നേറ്റു. ഗുസ്താവ് അവശതയോടെ ഉറങ്ങുകയാണ്. സാൽവദോർ കടുപ്പത്തിൽ ചായ തിളപ്പിച്ച് കുടിച്ചു. സമയം ഒരു ഒച്ചിനേക്കാൾ സാവധാനത്തിൽ ഇഴയുന്നതുപോലെ അവന് തോന്നി.

കുറച്ചുകഴിഞ്ഞപ്പോൾ ഗുസ്താവ് ഉണർന്നു.

"നേരത്തെ ഉണർന്നോ?" ഗുസ്താവ് ചോദിച്ചു.

അവൻ ഒന്ന് പുഞ്ചിരിച്ചു.

അവന്റെ ക്ഷമയെപ്പരീക്ഷിച്ച് ഓരോ നിമിഷവും കടന്നുപോയി. വാതിൽപ്പടിയിൽനിന്നും "സാൽവദോർ" എന്ന അഗസ്റ്റാനോയുടെ വിളി കേൾക്കാൻ അവൻ കാത്തിരുന്നു. എന്നാൽ ഉച്ചയായിട്ടും ലുഡ്‌വികിനേയും അഗസ്റ്റാനോയേയും കണ്ടില്ല.

സാൽവദോർ അലസമായി വീടിനുള്ളിലൂടെ ഉലാത്തി.

"ഗുസ്താവ്"

പെട്ടെന്നാണ് പുറത്തുനിന്നും വിളി കേട്ടത്. സാൽവദോർ ഓടിച്ചെന്ന് വാതിൽ തുറന്നു. അത് ലുഡ്‌വിക് ആയിരുന്നു. അവൻ പിന്നിലേക്ക് നോക്കി.

"എവിടെ അഗസ്റ്റാനോ?" അവൻ ചോദിച്ചു.

അയാൾ ഉത്തരമൊന്നും പറഞ്ഞില്ല. വീടിനുള്ളിൽ കയറി വാതിലടച്ചു.

"എവിടെ അഗസ്റ്റാനോ, എന്താണ് പറ്റിയത്" - സാൽവദോർ ചോദ്യം ആവർത്തിച്ചു.

"എനിക്കവനെ കൊണ്ടുവരാൻ കഴിയില്ല" ലുഡ്‌വിക് വേദനയോടെ പറഞ്ഞു.

"നിങ്ങൾ എന്താണ് പറയുന്നതെന്നെനിക്കു മനസ്സിലാകുന്നില്ല." സാൽവദോർ ക്ഷോഭിച്ചു.

കൈയിലുണ്ടായിരുന്ന പണസഞ്ചി സാൽവദോറിന്റെ കൈയിലേല്പിച്ച് ലുഡ്‌വിക് പറഞ്ഞു.

"ക്ഷമിക്കണം, എനിക്കെന്നല്ല ഇനിയാർക്കും നിന്റെ ചങ്ങാതിയെ കൂട്ടിക്കൊണ്ടുവരാൻ കഴിയില്ല... അവൻ ജീവനോടെയില്ല..."

സാൽവദോറിന്റെ മനസ്സിൽ ഒരഗ്നിഗോളം ഉഗ്രശബ്ദത്തോടെ പൊട്ടിത്തെറിച്ചു. കൈയിലിരുന്ന പണസഞ്ചി വലിച്ചെറിഞ്ഞ് അവൻ ലുഡ്‌വികിനു നേരെ ക്ഷോഭത്തോടെ തിരിഞ്ഞു.

"നിങ്ങൾ കള്ളം പറയുന്നു" - അവന്റെ ശബ്ദമുയർന്നു.

ഗുസ്താവ് സാൽവദോറിനെ തടഞ്ഞു.

"സാൽവദോർ, ക്ഷോഭിക്കാതിരിക്കൂ..."

"സത്യങ്ങൾ നീ ഉൾക്കൊള്ളണം സാൽവദോർ" ലുഡ്‌വിക് ഇടറുന്ന ശബ്ദത്തോടെ പറഞ്ഞു.

"ജയിലിൽ വരുമ്പോഴെ മാനസികമായി തളർന്ന നിലയിലത്രേ അഗസ്റ്റാനോ കാണപ്പെട്ടത്. ഒരുപക്ഷേ, ജയിലിലെ ഏകാന്തത അവനെ കൂടുതൽ തകർത്തതാവാം. അങ്ങനെയാവാം ഒരു തുണ്ട് കയറിൽ ജീവിതം അവസാനിപ്പിക്കാനുള്ള തീരുമാനം അവനെടുത്തത്."

പൊട്ടിക്കരഞ്ഞുകൊണ്ട് സാൽവദോർ കട്ടിലിലേക്ക് വീണു.

"ഇല്ല. എനിക്കു താങ്ങാനാവില്ല... അഗസ്റ്റാനോ.... പ്രിയ അഗസ്റ്റാനോ നിനക്കുവേണ്ടി ഞാൻ ചെയ്തതെല്ലാം വെറുതെയായല്ലോ... എനിക്കിതെങ്ങനെ താങ്ങാനാവും."

"കാർണോവിയക്കാരനായതുകൊണ്ട് വലിയ പരസ്യമാക്കാതെ അധികൃതർ മൃതദേഹം മറവുചെയ്തു." ഗുസ്താവിനോടായി ലുഡ്‌വിക് പറഞ്ഞു.

വാവിട്ടുകരയുന്ന സാൽവദോറിന്റെ തോളിൽ തട്ടി ലുഡ്‌വിക് ആശ്വസിപ്പിക്കുമ്പോൾ അയാളുടേയും കണ്ണുകൾ നിറഞ്ഞിരുന്നു. ഗുസ്താവ് നിർവ്വികാരനായി നോക്കി നിന്നു. ലുഡ്‌വിക് കണ്ണുകൾ തുടച്ച് അവരോട് യാത്ര പറഞ്ഞു.

പലതവണ വിഭ്രാന്തിയോടെ ചാടിയെഴുന്നേറ്റ് സാൽവദോർ ഉറക്കെക്കരഞ്ഞു.

"ഗുസ്താവ്, അവന്റെ സാന്നിദ്ധ്യമില്ലാതെ എനിക്കെങ്ങനെ ജീവി

ക്കാനാവും... എന്റെ നെഞ്ച് തകരുകയാണ് ഗുസ്താവ്. നിറമില്ലാത്ത ലോകത്ത് ഞാൻ ഇനി എങ്ങനെ ജീവിക്കും."

ഗുസ്താവിന്റെ തോളിലേക്ക് ചാഞ്ഞ് കരയുന്ന അവന്റെ മൂർദ്ധാവിൽ തലോടിക്കൊണ്ട് അയാൾ പറഞ്ഞു. "സഹിക്കുക... നിനക്കു വേണ്ടി ഒരു പെണ്ണ് കാത്തിരിക്കുന്നു. അവളാണ് ഇനിയുള്ള നിന്റെ ജീവിതത്തിന് നിറം പകരുന്നത്. ജക്കരന്തകൾ തീർക്കുന്ന പ്രണയത്തിന്റെ വയലറ്റ് നിറം."

* * * * *

കരഞ്ഞും പൊട്ടിക്കരഞ്ഞും ഓർമ്മകളിൽ സാന്ത്വനം കണ്ടെത്തിയും ഭാവിയെപ്പറ്റി ഭയവിഹ്വലനായും അവൻ മണിക്കൂറുകൾ തള്ളിനീക്കി.

നഗരം ഇരുട്ടിന്റെ മടിയിൽ തലചായ്ക്കാനൊരുങ്ങുമ്പോഴാണ് അവന്റെ മനസ്സിലേക്ക് ആ തോന്നൽ പൊടുന്നനെ സന്നിവേശിച്ചത്. നിലത്തെവിടെയോകിടന്ന പണസഞ്ചി കൈയിലെടുത്ത് അവൻ വാതിൽ തുറന്ന് പുറത്തേക്കിറങ്ങി. എന്തിനെന്നോ എവിടേക്കെന്നോ ഗുസ്താവ് ചോദിച്ചില്ല.

നഗരവീഥികളിലൂടെ അവൻ വേഗത്തിൽ നടന്നു.

ഇരുട്ടിന്റെ തിരശ്ശീലയിൽ തന്നോടൊപ്പം നടന്ന മരങ്ങളെ അവൻ പിന്തള്ളി. അവസാനം അവൻ അവിടെയെത്തി.

ചന്ദ്രിമയിൽ നീരാടി ഒരു പൊൻതാമരപോലെ മുന്നിൽ ബംഗ്ലാവ്.

മതിൽ ചാടിയിറങ്ങി പിൻവാതിലിലൂടെ അവൻ ബംഗ്ലാവിനുള്ളിൽ കയറി. നേരെ സിസിലിയയുടെ മുറിയിലേക്ക്...

അമ്പരപ്പോടെയാണ് അവന്റെ കണ്ണുകൾ ആ ദൃശ്യം സ്വീകരിച്ചത്. പക്ഷേ, മനസ്സ് അതുൾക്കൊള്ളാൻ മടി കാട്ടി. സിസിലിയയുടെ കട്ടിൽ ശൂന്യം.

അവൻ ചുറ്റുപാടും നോക്കി.

"സിസിലിയ..., സിസിലിയ"

ശബ്ദത്തിന്റെ ഉച്ചത കുറച്ച് വിളിച്ചു. ബംഗ്ലാവിന്റെ കൽഭിത്തികളിൽ തട്ടി അവന്റെ ശബ്ദം പ്രതിദ്ധ്വനിച്ചതല്ലാതെ മറുപടിയൊന്നും ഉണ്ടായില്ല. എവിടെപ്പോയ് അവൾ.

ഒരുപാട് ചോദ്യങ്ങൾ, ഉത്തരങ്ങൾ അവന്റെ മനസ്സിലൂടെ കടന്നുപോയി.

അവസാനം സിസിലിയയെ അവൾ കാത്തിരുന്ന മരണം കൂട്ടിക്കൊണ്ടുപോയോ? പുലർച്ചെ അനക്കമറ്റുകിടന്ന സിസിലിയയെ കണ്ട് ആ വൃദ്ധ ഡേവിഡിനെ വിളിച്ചുവരുത്തി മൃതദേഹം പാരീസിലേക്ക് കൊണ്ടുപോയോ? ഇനി ഡേവിഡ് സിസിലിയയെ കൊലപ്പെടുത്തിയോ? അതോ തസ്കരന്മാർ അവളെ തട്ടിക്കൊണ്ട് പോയിരിക്കുമോ? ഒരുപക്ഷേ, ഭ്രമാ

ത്മകമായ തന്റെ മനസ്സിന്റെ സൃഷ്ടിമാത്രമായിരുന്നുവോ സിസിലിയ...? മജ്ജയും മാംസവുമുള്ള ആ ശരീരത്തെ താൻ തന്നെ സൃഷ്ടിച്ചെടുത്ത താണോ. തന്നെ മോഹിപ്പിച്ച ആ കണ്ണുകൾ തന്റെ ഭാവനാസൃഷ്ടിയിൽ മെനഞ്ഞെടുക്കപ്പെട്ടതാണോ? ഒരുപക്ഷേ, ഇന്നലെ താൻ സംസാരിച്ച സിസിലിയ ഒരു പ്രേതമായിരുന്നുവോ? മനുഷ്യനെ സ്നേഹിക്കുകയും കാമിക്കുകയും അവനോട് സഹതപിക്കുകയും ചെയ്യുന്ന പ്രേതങ്ങ ളുണ്ടോ?

"പ്രിയ സിസിലി..."

ഒരുപാട് നേരം അവന് അവിടെ നില്ക്കാൻ കഴിഞ്ഞില്ല. താൻ ഒരു ദുരൂഹതയിലേക്കെറിയപ്പെട്ട പോലെ അവന് തോന്നി. ഇരുട്ടിന്റെ മറവിൽ ആരൊക്കെയൊ തന്നെ വീക്ഷിക്കുന്നപോലെ അവന് അനുഭവപ്പെട്ടു...

തിരികെ ബംഗ്ലാവിൽ നിന്നുമിറങ്ങുമ്പോൾ അവന്റെ കണ്ണുകൾ നിറ ഞ്ഞു. പണം തിരികെ ഏല്പിച്ച് എല്ലാം വെറുതെയായി എന്ന് കെട്ടി പ്പിടിച്ച് പൊട്ടിക്കരയാനാണ് അവൻ വന്നത്... പക്ഷേ...

പുറത്തുനിന്ന് ബംഗ്ലാവിന്റെ രൂപം ഒരിക്കൽക്കൂടി നോക്കി... പിന്നെ തിരിഞ്ഞു നോക്കാതെ നടന്നു.

തിരികെയെത്തുമ്പോൾ ഗുസ്താവ് കട്ടിലിൽ നിദ്രാരഹിതനായി കിട ക്കുകയായിരുന്നു. ഒരു കൊച്ചുകുട്ടിയെപ്പോലെ സാൽവദോർ ഗുസ്താ വിന്റെ അരികിൽ കിടന്നു. അയാളെ കെട്ടിപ്പിടിച്ചു.

"എനിക്ക് മറക്കാനാവില്ല നിങ്ങളെ."

ഗുസ്താവിന്റെ കണ്ണുകൾ ആദ്യമായി നിറയുന്നത് അവൻ കണ്ടു.

"ഞാൻ നാളെ കാർണോവിയയ്ക്കു തിരിക്കും..." സാൽവദോർ പറ ഞ്ഞു.

"ഞാൻ ബൊഹേമിയയിലേക്കും." ഗുസ്താവ് മറുപടി നല്കി.

ഗുസ്താവും സിസിലിയയും ഗാന്റിയയും അവിടുത്തെ കെട്ടിടങ്ങളും സുന്ദരീസുന്ദരന്മാരും സാൽവദോറിന്റെ മനസ്സിലൂടെ കടന്നുപോയി. ഗാന്റി യയിലുള്ള തന്റെ അവസാന രാത്രിയാണ്... അവൻ ഉറക്കം വരാതെ കിടന്നു.

ഗുസ്താവിനും ഉറങ്ങാൻ കഴിഞ്ഞില്ല... അയാളുടെ ഓർമ്മകൾ ഒരു ഇരുപത്തിരണ്ടു കൊല്ലം പിന്നിലേക്ക് പോയി. തന്റെ ഇടവേളകളില്ലാത്ത യാത്രകൾക്കിടയിൽ മേൽസ്വർഗിൽ വച്ച് കണ്ട സുന്ദരിയായ തെരേസ അയാളുടെ സ്മൃതികളിലൂടെ ഓടി മറഞ്ഞു.

അവളെ കണ്ട നാളുകളാണ് ജീവിതത്തിൽ ഒരു പങ്കാളിയുടെ സ്വാധീനത്തെപ്പറ്റിയും ഒറ്റപ്പെടലിന്റെ ദുരവസ്ഥയെപ്പറ്റിയുമൊക്കെ അയാൾ ചിന്തിക്കുന്നത്. അവളുടെ ദേശത്ത് അയാൾ താമസമാക്കിയതും അവളെ സ്വന്തമാക്കാനായിരുന്നു. ദരിദ്രയായ അവൾക്ക് വൃദ്ധയും രോഗി യുമായ ഒരമ്മ മാത്രമാണുണ്ടായിരുന്നത്. അയാളുടെ സാന്നിദ്ധ്യം അമ്മയ്ക്കും വലിയ ആശ്വാസമായി... മകളെ കൈകളിലേല്പിച്ച് അവർ മരിക്കുമ്പോൾ പറഞ്ഞ വാക്കുകൾ അയാളുടെ കാതുകളിൽ മുഴങ്ങി.

"സമാധാനത്തോടെയാണ് ഞാൻ പോകുന്നത്. ദൈവം എന്റെ മകളെ ഏറ്റവും സുരക്ഷിതമായ കരങ്ങളിലാണ് ഏല്പിച്ചിരിക്കുന്നത്..."

പക്ഷേ, വിധി അവരോട് ക്രൂരത കാട്ടി. സ്വപ്നങ്ങളും പ്രതീക്ഷകളുമെല്ലാം തകർത്ത ഒരു വലിയ ക്രൂരത. തെരേസയുടെ ആദ്യപ്രസവത്തിൽ അവൾ മരണമടഞ്ഞു. ഒരു ചോരക്കുഞ്ഞിനേയും കൈയിലേന്തി അയാൾ വാവിട്ടുകരഞ്ഞു.

ഓർമ്മകൾ ഗുസ്താവിന്റെ കണ്ണുകൾ നനയിച്ചു.

വലിയ ആക്രമണങ്ങളും പ്രതിരോധങ്ങളും തന്റെ സ്വദേശത്ത് നടക്കുന്നതറിഞ്ഞ് അയാൾക്ക് ഷെൽസ്മിഗിലേക്ക് പോകേണ്ടതായി വന്നു. അന്ന് ആ കുഞ്ഞിനെ കാർണോവിയയിലെ ദൈവമന്ദിരത്തിലെത്തിക്കുവാൻ ടെർനിസിലെ ഒരു പുരോഹിതനെ ഏല്പിച്ചത് ഇന്നലെ നടന്നപോലെ ഗുസ്താവ് ഓർത്തെടുത്തു.

അവസാനമായി ഈറനണിഞ്ഞ കണ്ണുകളോടെ കുഞ്ഞിന്റെ നെറ്റിയിലെ ഇടതുഭാഗത്തോടുചേർന്ന് പടർന്നു കിടന്നുള്ള മറുകിൽ അയാൾ ഒരു ചുംബനം നല്കി യാത്രയായി...

ഗുസ്താവ് കണ്ണുകൾ തുടച്ചു. സാൽവദോർ ക്ഷീണിച്ച് ഉറങ്ങുകയാണ്. അവനറിയാതെ ഗുസ്താവ് അവന്റെ നെറ്റിയുടെ ഇടതുഭാഗത്തെ മറുകിൽ ഒരു മുത്തം കൊടുത്തു. തെരേസ സാൽവദോറിന്റെ മറുവശത്ത് വന്ന് കിടക്കുന്നപോലെ അയാൾക്ക് തോന്നി. ഗുസ്താവ് തന്റെ വലതുകൈ സാൽവദോറിന്റെ ദേഹത്തുവച്ചു. തെരേസ അവളുടെ ഇടതുകൈ അയാളുടെ വിരലുകളിൽ കോർത്തു. ഇരുവരുടേയും ഇടയിൽ ഇതൊന്നുമറിയാതെ അവൻ അവശനായി ഉറങ്ങി...

ഇരുപത്തി ആറ്

പിറ്റേദിവസം വീടുപൂട്ടി ഇരുവരും പുറത്തിറങ്ങി. ഇരുവരുടേയും കൈയിൽ ഓരോ സഞ്ചി മാത്രം. കുറച്ചു ദിവസങ്ങളിലെ ആ ആത്മബന്ധം എത്രയോ ആഴത്തിലുള്ളതെന്ന് സാൽവദോർ ചിന്തിച്ചു. മനസ്സിലെവിടെയോ വലിയ വിങ്ങൽ. തന്റെ കൈയിലുള്ള സഞ്ചി ഗുസ്താവിനു നേരെ നീട്ടി അവൻ പറഞ്ഞു. "എനിക്കീ പണമിനി ആവശ്യമില്ല... ഗുസ്താവ് എടുത്തുകൊള്ളൂ... ബൊഹേമിയയിലെ പാവങ്ങൾക്കുള്ളതാണിത്"

ഗുസ്താവ് അത് സ്നേഹപൂർവ്വം നിരസിച്ചു. "സാൽവദോർ, ഈ പണം നിന്റേതാണ്. ഭാവിയിൽ നിനക്കിത് ഉപകരിക്കും. നിനക്കും അമേലിയയ്ക്കും വേണ്ടി മരണം വരെ ഞാൻ പ്രാർത്ഥിക്കും."

ഇരുവരും പരസ്പരം ആശ്ലേഷിച്ചു.

"സർവ്വശക്തൻ അനുഗ്രഹിക്കട്ടെ" - ഗുസ്താവ് പറഞ്ഞു.

നഗരവീഥിയിൽനിന്നും ഇരുവരും രണ്ടിടത്തേക്കായി തിരിഞ്ഞു. സാൽവദോറിന്റെ കണ്ണുകൾ നിറഞ്ഞു. ഗുസ്താവ് അവശതയോടെ മുന്നോട്ട് നടന്നു. അവൻ ഇടയ്ക്കിടയ്ക്ക് തിരിഞ്ഞു നോക്കിയെങ്കിലും അയാൾ നോക്കിയതേയില്ല...

* * * * *

നഗരവീഥി തീരുന്ന ഭാഗത്ത് പഴയ മേപ്പിൾ മരം അവനെ കാത്തു നില്പുണ്ടായിരുന്നു. മേപ്പിൾ മരത്തിന്റെ ചുവട്ടിലൂടെ അവൻ നടന്നു. ഓക്മരങ്ങളും വാൽനട്ട് മരങ്ങളും കൈപിടിച്ചു നില്ക്കുന്ന വനം. വനത്തിലൂടെ കുറേനേരം മുന്നോട്ട് നടന്നു. അകലെ നദിയുടെ ദീനരോദനം.

അവൻ നദിയോരത്തെത്തുമ്പോൾ വൃദ്ധൻ അവനായ് കാത്തു നില്ക്കുംപോലെ അവിടെ ഉണ്ടായിരുന്നു. സാൽവദോറിനെ കണ്ടതേ അയാൾ ഒന്നു പുഞ്ചിരിച്ചു.

"പോകാം... കയറൂ..."

മറ്റൊന്നും ചോദിക്കാതെ അയാൾ സാൽവദോറിനോട് പറഞ്ഞു. വള്ളം മുന്നോട്ട് നീങ്ങി. ഓളപ്പരപ്പുകൾ വിച്ഛേദിക്കപ്പെട്ടുകൊണ്ടിരുന്നു. പണസഞ്ചി അവൻ നെഞ്ചോട് ചേർത്ത് ഇറുക്കിപ്പിടിച്ചു. വള്ളം നദിയുടെ ഒത്ത നടുക്കെത്തിയപ്പോൾ പെട്ടെന്നാണ് ആ ചിന്ത അവനിൽ ജനിച്ചത്. കൈയിലിരുന്ന പണസഞ്ചി അവൻ നദിയിലേക്കിട്ടു. മുങ്ങിതാഴ്ന്ന സഞ്ചി അടിയൊഴുക്കിൽപ്പെട്ട് മുന്നോട്ട് കുതിച്ചു. ഏതോ പാപഭാരം തന്നിൽ നിന്നും പറന്നുപോകുന്നതുപോലെ അവന് തോന്നി. വൃദ്ധൻ ഇതെല്ലാം കണ്ട് നിർവികാരനായി വള്ളം തുഴഞ്ഞു.

ഒരുപക്ഷേ, ഇത്തരത്തിലുള്ള പല കാഴ്ചകൾക്ക് അയാൾ ദൃക്സാക്ഷി ആയിട്ടുണ്ടാവണം. മോഹങ്ങളും സ്വപ്നങ്ങളുമായി അക്കരെയെത്തി ഹതാശരായി തിരികെ വരുന്ന എത്രയാളുകളെ അയാൾ കണ്ടിട്ടുണ്ടാവണം. അയാൾ അയാളുടെ ജോലി തുടർന്നുകൊണ്ടിരിക്കുന്നു. ഭാഗ്യനിർഭാഗ്യങ്ങൾക്കിടയിലൂടെ തന്റെ തുഴച്ചിൽ തുടർന്നുകൊണ്ടിരിക്കുകയാണ്.

റൈൻ ഒഴുകുകയാണ്... എത്രയോ ആളുകളുടെ വേദനകളും ദുഃഖങ്ങളും പരാതികളും പാപബോധവും പേറി അവൾ ഒഴുകിക്കൊണ്ടിരിക്കുന്നു. ഒരു മായികലോകത്ത് നിന്നും താൻ തിരിച്ചുവരുകയാണ്. ഗാന്റ്രീയ, സിസിലിയ, ഗുസ്താവ് എല്ലാം ഇനി ഒരു സ്വപ്നത്തിലെ കഥാപാത്രങ്ങൾ മാത്രം.

അവൻ തന്റെ കൈകൾ നദിയിൽ മുക്കി. ഓളങ്ങൾ ആ കരങ്ങളെ തഴുകി മുന്നോട്ട് നീങ്ങി.

കരയിൽ എത്തുമ്പോൾ അക്കരേക്കു പോകുവാനായി ഒരു ചെറുപ്പക്കാരൻ വൃദ്ധനെ കാത്തു നില്പുണ്ടായിരുന്നു. കാഴ്ചയിൽ തന്റെ പ്രായം വരും. മുഖത്ത് ആശങ്ക. മേഘങ്ങൾ കൂടുകൂട്ടിയ പ്രകൃതം. സാൽവദോർ അവനെ നോക്കി പുഞ്ചിരിച്ചു. അവൻ തിരിച്ചും. ആ ചിരിയിൽ അവൻ അഗസ്റ്റാനോയെ കണ്ടു. ആ ചെറുപ്പക്കാരൻ അവിടേക്കുവന്ന കുതിരവണ്ടിയിൽ കയറി സാൽവദോർ യാത്രതിരിച്ചു. കാർലോസിന്റെ അടുത്തേക്ക്.

ഹെയ്സൽബർഗിലെത്തിയപ്പോൾ ഉച്ചകഴിഞ്ഞിരുന്നു. കാർലോസ് വീടിന്റെ മുറ്റത്ത് നില്ക്കുകയായിരുന്നു. സാൽവദോറിനെ കണ്ടയുടനെ ആകാംക്ഷയോടെ അവൻ അടുത്തേക്ക് ഓടിവന്നു.

"എവിടെ അഗസ്റ്റാനോ?" അവൻ ചോദിച്ചു.

"ഭൂമിയിലെ ആശകൾക്കും ആശങ്കകൾക്കുമൊക്കെ കീഴ്പ്പെടാൻ കഴിയാതെ അവൻ സ്വർഗ്ഗത്തിലേക്ക് യാത്രയായി, കാർലോസ്." ഇടറുന്ന ശബ്ദത്തോടെ സാൽവദോർ പറഞ്ഞു.

"ഡാനി...?"

കാർലോസിന്റെ മുഖം കറുത്തു. ഒരു നെടുവീർപ്പോടെ അവൻ പറഞ്ഞു.

"ഇരുവരും സ്വർഗ്ഗത്തിൽ വച്ച് ഇപ്പോൾ കണ്ടുമുട്ടിയിട്ടുണ്ടാവും. അല്ലേ സാൽവദോർ?"

സാൽവദോർ ഒഴിഞ്ഞ തൊഴുത്തിലേക്ക് നോക്കി. വേദനകൾ ഓരോന്നായി തന്റെ ജീവിതത്തെ പിടിച്ചു കുലുക്കുകയാണ്... അവന്റെ കണ്ണിൽ ഇരുട്ടുകയറുന്നപോലെ അവന് തോന്നി.

അന്ന് സന്ധ്യയ്ക്ക് കാർലോസിന്റെ സുഹൃത്തിന്റെ കുതിരവണ്ടിയിൽ സാൽവദോറിനെ കാർബോവിയയിലേക്ക് യാത്രയാക്കി. ഗ്രാമങ്ങളിലേക്ക് ചരക്കുമായി പോകുന്ന വണ്ടിയായിരുന്നു അത്. ഭാരമേറിയ വണ്ടിയും ചുമന്ന് കുതിരകൾ സാവധാനം മുന്നോട്ട് നീങ്ങി. ഓർമ്മകളുടെ ഭാരം താങ്ങി സാൽവദോറും. വഴികളെ ഇരുട്ട് വിഴുങ്ങിക്കൊണ്ടിരുന്നു.

ഇരുപത്തി ഏഴ്

അത് വസന്തത്തിന്റെ അവസാനനാളുകൾ ആയിരുന്നു. എന്നിട്ടും ജക്കരന്തകളിൽ പൂക്കൾ ശേഷിച്ചിരുന്നു. വിശുദ്ധ ഡൊമിനിക്കിന്റെ ദേവാലയത്തിനു മുന്നിൽ ഇറങ്ങുമ്പോൾ പുലർച്ച കുർബ്ബാന കഴിയുന്നതേ ഉണ്ടായിരുന്നുള്ളൂ. തന്റെ നാടിന്റെ ശാന്തതയും കുളിർമ്മയും അവൻ ആസ്വദിച്ച് അനുഭവിച്ചു. പക്ഷേ, ഇളം കാറ്റ് വീശിയില്ല. തന്റെ തിത്തിരിപ്പക്ഷിയെ എവിടെയും കണ്ടില്ല.

പള്ളിയിൽ മണി മുഴങ്ങി. കുർബ്ബാനയ്ക്കുശേഷം ആളുകൾ ഒന്നൊന്നായി അവനെ കടന്നുപോയി. അക്കൂട്ടത്തിൽ അമേലിയ ഉണ്ടായിരുന്നില്ല. അവൻ കുറച്ചു നേരം കൂടി കാത്തു. പക്ഷേ, അവൾ എത്തിയിട്ടില്ല. അവൻ ആകെ പരിഭ്രമിച്ചു. കൽവഴിയിലൂടെ അവൻ സാവധാനം മുന്നോട്ട് നടന്നു. ജക്കരന്തകൾ നിശ്ശബ്ദമായി നിന്നു.

പെട്ടെന്നാണ് ആകാശത്ത് മാരിവിൽ വിടർന്നപോലെ അവന്റെ മുഖം ദീപ്തമായത്... അമേലിയ... അതാ വിടർന്ന നിറമുള്ള ചാരക്കണ്ണുകളുമായി തന്റെ പ്രാണസഖി അടുത്തേക്കോടിവരുന്നു. ജക്കരന്തയുടെ ഇലകൾ പരസ്പരം കിന്നാരം പറഞ്ഞു കിലുങ്ങി. തന്റെ മാറോടണയ്ക്കുവാൻ അവൾക്കു നേരെ അവൻ കൈവിടർത്തി നിന്നു. ഓടിവന്ന് അവന്റെ നെഞ്ചിലേക്ക് മുഖം പൂഴ്ത്തുമ്പോൾ സന്തോഷംകൊണ്ട് അവളുടെ കണ്ണുകൾ നിറഞ്ഞിരുന്നു. അവന്റെയും... പരസ്പരം ആലിംഗനബദ്ധരായ അവരെ നോക്കി തിത്തിരിപ്പക്ഷി ഡാനിയേലസിന്റെ പ്രണയഗീതകം ഉച്ചത്തിൽ ചൊല്ലി. ഇളംകാറ്റ് ജക്കരന്ത ചില്ലകളെ തഴുകി അതേറ്റുപാടി... വസന്തത്തിന്റെ അവസാനമറിയിച്ച് ജക്കരന്തയിലെ ശേഷിച്ച വയലറ്റ് പൂക്കൾ അവരെ മഴപോലെ തഴുകി പെയ്തിറങ്ങി.

www.ingramcontent.com/pod-product-compliance
Lightning Source LLC
LaVergne TN
LVHW060127051026
849517LV00007B/2427